A BRAVE
NEW WORLD

Bharathidasan (1891-1964) was a 20th-century Tamil poet and writer whose works were mostly about socio-political issues including caste, women's liberation and rationalism. Deeply influenced by great Tamil poet and writer Subramania Bharathi, he named himself 'Bharathidasan', meaning disciple of Bharathi. Bharathidasan's writings served as a catalyst for the growth of the Self-Respect Movement in Tamil Nadu. His views found expression in plays, film scripts, short stories and essays. He was called 'Puratchi Kavingyar' (revolutionary poet) by the great rationalist leader and social reformer, Periyar E V Ramaswami.

Dr M Rajaram is a scholar-civil servant whose research papers have received much acclaim at the national level. He has authored more than 40 books. He is the author of best-selling titles including *I Sing the Glory of this Land: Translated Verses of Bharathiyar*, *Thirukkural: Pearls of Inspiration*, *Kalki's Ponniyin Selvan* and *Oriental Wisdom: Life Skills in Avvaiyar Poems*.

A BRAVE NEW WORLD

BHARATHIDASAN SONGS

Translated by

M. RAJARAM

RUPA

Published by
Rupa Publications India Pvt. Ltd 2024
7/16, Ansari Road, Daryaganj
New Delhi 110002

Sales centres:
Bengaluru Chennai
Hyderabad Jaipur Kathmandu
Kolkata Mumbai Prayagraj

Copyright © M. Rajaram 2024

All rights reserved.
No part of this publication may be reproduced, transmitted,
or stored in a retrieval system, in any form or by any means,
electronic, mechanical, photocopying, recording or otherwise,
without the prior permission of the publisher.

This is a work of fiction. Names, characters, places and incidents are either the product of the author's imagination or are used fictitiously and any resemblance to any actual person, living or dead, events or locales is entirely coincidental.

All rights reserved.
No part of this publication may be reproduced, transmitted,
or stored in a retrieval system, in any form or by any means,
electronic, mechanical, photocopying, recording or otherwise,
without the prior permission of the publisher.

P-ISBN: 978-93-5702-116-6
E-ISBN: 978-93-5702-099-2

First impression 2024

10 9 8 7 6 5 4 3 2 1

Printed in India

This book is sold subject to the condition that it shall not, by way of trade or otherwise, be lent, resold, hired out, or otherwise circulated, without the publisher's prior consent, in any form of binding or cover other than that in which it is published.

CONTENTS

Foreword — xv
Introduction — xvii

I. தொழிலாளர் - LABOUR

1. தொழிலாளர் விண்ணப்பம் — 2
   APPEAL OF THE LABOUR — 3
2. நீங்களே சொல்லுங்கள் — 6
   YOU SAY IT — 7
3. புதிய உலகு செய்வோம் — 8
   LET US MAKE A NEW WORLD — 9
4. உலகம் உன்னுடையது — 10
   WORLD IS YOURS — 11
5. மானிட சக்தி — 12
   HUMAN POWER — 13
6. உலகப்பன் பாட்டு — 14
   THE POOR — 15
7. ஆலைத் தொழிலாளி — 14
   MILL LABOUR — 15
8. சமத்துவப் பாட்டு — 16
   EQUALITY — 17
9. மீட்சி எப்போது? — 18
   FREEDOM WHEN? — 19
10. எங்கெங்கும் சக்தியடா — 18
    SAKTHI EVERYWHERE! — 19
11. பசுத்தோல் போர்த்திய புலி — 20
    TIGER IN DISGUISE — 21
12. கூடித் தொழில் செய்க — 22
    TEAM WORK — 23

II. தமிழும் தமிழர்களும் - TAMIL AND TAMILS

13. புதுநெறி காட்டிய புலவன் — 24
    MODERN POET — 25

14.	குடும்பத்தார்	26
	FAMILY	27
15.	தமிழ்த் தாய்	28
	MOTHER TAMIL	29
16.	தமிழின் இனிமை	30
	SWEETNESS OF TAMIL	31
17.	இன்பத் தமிழ்	34
	LOVELY TAMIL	35
18.	தமிழ்ப் பேறு	36
	TAMIL GLORY	37
19.	தமிழ் வளர்ச்சி	38
	TAMIL DEVELOPMENT	39
20.	எங்கள் தமிழ்	40
	OUR TAMIL	41
21.	தமிழ் உணவு	42
	TAMIL & A FEAST	43
22.	சங்க நாதம்	46
	CLARION CALL	47
23.	எந்நாளோ?	48
	O, WHEN?	49
24.	தமிழ் காக்க எழுந்திரு!	52
	ARISE TO PROTECT TAMIL	53
25.	நாம் தமிழர் என்று பாடு	56
	HAIL WE ARE TAMILS	57
26.	திராவிட நாட்டுப் பண்	58
	DRAVIDIAN ANTHEM	59
27.	எங்கள் ஊரில்	62
	IN OUR TOWN	63
28.	எந்நாள்?	64
	WILL THE DAY COME?	65
29.	தமிழ்ப் பள்ளு	66
	TAMIL SONG	67
30.	நாடாண்டாயே!	68
	YOU RULED THE WORLD	69

31.	அது முடியாது ! IT IS IMPOSSIBLE	70 71
32.	தமிழ்த் தொண்டு SERVICE TO TAMIL	72 73
33.	தாயகமே வாழி! HAIL MOTHERLAND	74 75
34.	தமிழன் TAMILIAN	76 77
35.	புகழைத் தேடி SEEK FAME	78 79
36.	தமிழுலகத் தலைமை TAMIL LEADERSHIP	80 81
37.	வாளினை எடடா! DRAW YOUR SWORD	82 83
38.	திராவிடர் பாடல் DRAVIDIANS' SONG	84 85
39.	பெற்றோர் ஆசை PARENTS' ASPIRATIONS	86 87

III. பெண்கள் - WOMEN

40.	கைம்மைப் பழி WIDOWHOOD	88 89
41.	கைம்மை நீக்கம் NO MORE WIDOWHOOD	90 91
42.	சூடாத மலரானேன் FORSAKEN WOMAN	92 93
43.	பெண் நிலை PLIGHT OF A WOMAN	94 95
44.	துன்புறும் மலர் SUFFERING WOMAN	96 97
45.	நல்ல மனைவி A GOOD WIFE	98 99
46.	அவளையா மணப்பேன்? WILL I MARRY HER?	100 101

47.	பெண்ணுக்கு நீதி	102
	JUSTICE FOR WOMEN	103
48.	பெண்களைப் பற்றி பெர்னாட்ஷா	104
	BERNARD SHAW ON WOMEN	105
49.	இறந்தவன் மேல் பழி	106
	BLAME ON THE DEAD	107
50.	பெண் கல்வி வேண்டும்	108
	WOMEN'S LITERACY	109
51.	பெண்ணின் உரையாடல்	110
	WOMEN'S DIALOGUE	111

IV. **சிறுவர்கள்** - CHILDREN

52.	ஆண்குழந்தைத் தாலாட்டு	112
	LULLABY TO A BOY BABY!	113
53.	பெண்குழந்தைத் தாலாட்டு	116
	LULLABY TO A GIRL BABY	117
54.	தவிப்பதற்கோ பிள்ளை?	120
	ARE KIDS TO STRUGGLE?	121
55.	சிறார் பொறுப்பு	122
	ROLE OF CHILDREN	123
56.	அன்னையின் அன்பு	124
	MOTHER'S LOVE	125
57.	மக்கட் பிறப்பு	126
	HUMAN BIRTH	127
58.	தாயின் உள்ளம் மகிழ்கிறது	128
	REJOICING MOTHER	129

V. **சமுதாயம்** - SOCIETY

59.	நெஞ்சுக்கு நீதி	130
	MY CONSCIENCE	131
60.	அறம் செய்க	132
	DO CHARITY	133
61.	கொட்டு முரசே!	134
	BEAT YOUR DRUM	135

62.	மக்கள் நிகர்	136
	ALL ARE EQUAL	137
63.	ஏழ்மையை விரட்டு	138
	REMOVE POVERTY	139
64.	அறிவு கெட்டவன்	140
	A FOOL	141
65.	கடமை புரிவீர்	142
	DO YOUR DUTY	143
66.	மனிதருக்கு மட்டும் ஏன்?	144
	WHY FOR HUMANS ALONE?	145
67.	குழந்தை மணத்தின் கொடுமை	146
	CHILD MARRIAGE	147
68.	புரட்சி செய்!	148
	REBEL	149
69.	ஏழையின் குடிசை	150
	POOR MAN'S HUT	151
70.	கேட்பேனா? காண்பேனா?	152
	WILL I HEAR OR SEE?	153
71.	வேங்கையின் குகையில்	154
	IN THE TIGER'S DEN	155
72.	மாணவர்கள்	154
	STUDENTS	155
73.	கல்வி	156
	LEARNING	157
74.	உலக முன்னேற்றம்	156
	WORLD'S PROGRESS	157
75.	மாணவருக்கு எழுச்சி	158
	CALL TO STUDENTS	159
76.	தந்தை பெண்ணுக்கு	160
	FATHER TO HIS DAUGHTER	161
77.	பிறர் நலம்	162
	OTHERS' WELFARE	163
78.	பெண் கல்வி	164
	WOMEN'S EDUCATION	165

79.	படி! படி! படி!	166
	STUDY! STUDY! STUDY!	167

VI. இயற்கை - NATURE

80.	இயற்கை	168
	NATURE	169
81.	இயற்கைச் செல்வம்	168
	NATURE'S GIFT	169
82.	மாவலிபுரச் செலவு	170
	A RIDE TO MAMALLAPURAM	171
83.	தென்றலின் குறும்பு	172
	SOUTH WIND'S MISCHIEF	173
84.	நீலவான் ஆடைக்குள் . . .	174
	IN THE BLUE GARMENT . . .	175
85.	அதிகாலை	176
	DAWN	177
86.	அழகு	178
	BEAUTY	179
87.	கோடையும் மாரியும்	180
	SUMMER AND WINTER	181
88.	மழை	182
	RAIN	183
89.	தழைந்த சோலை	184
	FERTILE GARDEN	185
90.	தாமரைக் குளம்	184
	LOTUS POND	185
91.	குளிர் கொண்டு வந்தது	186
	EVENING BRINGS BREEZE	187
92.	ஆறு	188
	RIVER	189
93.	குற்றால நீர்வீழ்ச்சி	190
	KUTRALAM FALLS	191
94.	சோலை தரும் நன்கொடை	192
	GIFT OF GARDEN	193

95.	வானம்பாடி	194
	SKYLARK	195
96.	அணில்	196
	SQUIRREL	197
97.	சிரித்த முல்லை	198
	JASMINE SMILES	199
98.	சிட்டுக் குருவி	198
	SPARROW	199
99.	வேப்ப மரத்திற்குக் குடிக்கூலி	200
	RENT FOR NEEM TREE	201

VII. சுதந்திரம் - FREEDOM

100.	சுதந்திரம் உயிரின் இயற்கை	202
	FREEDOM IS INNATE	203
101.	சுதந்திரம்	204
	FREEDOM	205
102.	கொடிய ஆட்சி	206
	WICKED RULE	207

VIII. காதல் - LOVE

103.	தலைவி காதல்	208
	HEROINE'S LOVE	209
104.	அன்பு	210
	LOVE	211
105.	திருமண வாழ்த்து	212
	WEDDING GREETINGS	213
106.	அவள் முகவரி தேவை	214
	I NEED HER ADDRESS	215
107.	இருவர் காதல்	216
	MUTUAL LOVE	217
108.	இன்னும் அவர் வரவில்லை	218
	HE IS YET TO COME	219

109. அவள் யார்	220
WHO IS SHE ?	221
110. சிரிக்கும் உதடுகள்	222
SMILING LIPS	223
111. பிறக்க முடியாது	224
NONE LIKE YOU EVER BORN	225
112. அவன் பார்த்தால் என்ன?	226
WHY CAN'T HE LOOK AT ME ?	227
113. பொழுது விடியவில்லை	228
YET TO DAWN	229
114. நீ எனக்கு வேண்டும்	230
I NEED YOU	231
115. கதவு பேசுமா?	232
WILL THE DOOR SPEAK?	233
116. அவள் அழகு	232
HER BEAUTY	233
117. சொல்லும் செயலும்	234
WORD AND DEED	235
118. வண்டிக்காரன்	236
CARTMAN	237
119. தபால்காரன்	238
POSTMAN	239
120. நானும் அவளும்	240
SHE AND I	241
121. அவள்	242
SHE	243

IX. உழவர் - FARMER

122. உழவர்	244
FARMER	245
123. உழத்தி	244
WOMAN IN THE FIELD	245

124.	சாவாத உழவன்	246
	IMMORTAL FARMER	247

X. பகுத்தறிவு - RATIONALISM

125.	கடவுள் மறைந்தார்	248
	GOD DISAPPEARED	249
126.	பலிபீடம்	250
	SACRIFICIAL ALTAR	251
127.	எமனை எலி விழுங்கிற்று!	254
	RAT SWALLOWED YAMA	255
128.	மதம் எதற்கு?	258
	WHY RELIGION ?	259
129.	ஏசுநாதர் ஏன் வரவில்லை	258
	WHY JESUS DID NOT COME?	259
130.	முன்னேறு	260
	MARCH AHEAD	261

XI. பிற கவிதைகள் - OTHER SONGS

131.	பாரததேவி வாழ்த்து	262
	HAIL MOTHERLAND	263
132.	உலகம் உன் உயிர்	264
	WORLD IS YOUR LIFE	265
133.	கலை எது?	266
	WHAT IS ART?	267
134.	வழிநடத்தல்	268
	GUIDANCE	269
135.	அரசியல் வகைகள்	270
	FORMS OF GOVERNMENT	271
136.	எழுந்த ஞாயிறு!	272
	RISING SUN	273
137.	குறள் படித்தேன்	274
	I STUDIED THIRUKKURAL	275

138.	அண்ணல் பெயர் வாழ்க!	276
	MAHATMA GANDHI	277
139.	சிறுவனின் கனவுகள்	278
	DREAMS OF A YOUNG BOY	279
140.	என் நாடு	280
	MY MOTHERLAND	281
141.	பார்! பார்!	282
	LOOK AT THEM	283
142.	திருடாதே	284
	STEAL NOT	285
143.	பத்திரிகை	286
	NEWSPAPER	287
144.	புத்தக சாலை	288
	LIBRARY	289
145.	துணைவர் இலக்கணம்	290
	TRAITS OF A WIFE	291
146.	நல்ல மாமி	292
	A GOOD MOTHER-IN-LAW	293
147.	மகா கவி	294
	POET SUPREME	295
148.	ஆட வந்தாள் அவள்	296
	SHE CAME TO DANCE	297
149.	எறும்பின் தவம்	298
	PENANCE OF AN ANT	299
150.	வியர்வைக் கடல்	300
	THE SEA OF SWEAT	301

AUTHOR'S CREATIONS   302

Dr Yu Hsi, Patron,
World Congress of Poets

FOREWORD

Bharathidasan was one of the greatest Tamil poets in India. He gave us a rich collection of songs like his mentor, Bharathiyar. Some of his lyrical songs are in the best traditions of classical literature, full of sonorous melody and humming rhythms. In some of his songs, he tries to evoke the vision of an ideal society. His copious poetic inheritance contains very powerful and fascinating songs glorifying the working class, the beauty of the Tamil language, the splendour of nature, etc. His constant themes are love, children, women, workers, Tamil and Tamils.

Dr M. Rajaram is an exceptional officer of All India Service with several distinctions and more than three decades of service in India. His most popular books are *Thirukkural-Pearls of Inspiration, Food for Thought, Elemental Warriors, Better English, Better Tomorrow, Oriental Wisdom, Tic Tac Tic, Enrich Your Life, Success Mantra in Gita, Corporate Wisdom in Thirukkural* etc.

Impressed by the English translation of Thirukkural by Dr M. Rajaram, Dr A.P.J Abdul Kalam suggested to him to venture into translating the songs of Bharathiyar and Bharathidasan, the two most eminent poets of India. This book, *A Brave New World—Bharathidasan Songs* was born.

Bringing in all the layers of meaning, emotions and the various aspects of the style of the original songs is not an easy task. Not missing the very nuance is also not easy to achieve. Such enthusiasm, may sometimes, turn the songs into something far from poetry. Dr M. Rajaram has been able to keep the translation as close as possible to the original, without sacrificing the flavour retaining the spirit of the songs. This work will surely fulfil the need of the hour. I am sure that this book *A Brave New World— Bharathidasan Songs* will certainly enthral the readers.

INTRODUCTION

Bharathidasan was a great poet of 20th century. He was endowed with remarkable creativity and fascination for poetry. He composed songs even at the age of eleven.

He was a major figure in the history of modern Tamil poetry next to Bharathiyar. He was a social revolutionary matchless in power of excellence. A great volume of his poetry contains his abundant love for Tamil. His immortality and universal outlook are revealed in the songs composed by him with messages of foresighted vision relevant for all times. His songs are unique in their content and style.

His immortality consists in songs he composed, pregnant with meaning, vision and foresight, embellished by a message relevant to all times. He echoes the voice of the downtrodden, the oppressed and the exploited. He dreams of a 'brave new world' in which all people co-exist with peace and prosperity.

His songs on social themes are the finest. 'Appeal of the Labourers', 'Let us make the New World', 'World is Yours', 'Human Power', 'Song of Common Man', 'Song of Equality', etc, are most powerful. They also reveal the ever vigilant humanist in him who fought against blind conventions and rusted customs.

He lays emphasis on man, his independent spirit and his duties and responsibilities. He appeals to the fellowmen to establish a free and just society wherein man can develop his total personality. He praises the dignity of labour.

His nature poetry is highly impressive. In his nature songs, he portrays the beautiful parks, paddy fields, tanks full of flowers. His songs like 'Nature', 'Skylark', 'Moon', 'Beauty', 'Dawn', etc., are beautiful lyrics dealing with never-dying beauty of nature. They are simple in diction and rich in imagery.

'O, you mischievous wanton wind!

You come and touch my cheeks

And plant kisses on my tender ears!

Why do you cover my lotus-face

With my well-combed dark hairs?'

Truly Keatsian in concept, Bharathidasan reminds us, 'A thing of beauty is a joy forever'. Though all the songs of Bharathidasan are great, I have translated only a few keeping in mind the readers' interest. I dedicate this book to Dr A.P.J. Abdul Kalam who inspired me to bring out this work. The translation of songs of Bharathidasan would have been difficult but for my friends. I owe my gratitude to those beloved friends, Dr J. Narayanaswamy, Prof. M.R. Manohar, Prof. S. Kanmathian, Dr Paa. Krishnan, Mr V. Rajagopal, and Mrs K.R. Swarnalakshmi for their valuable support in undertaking this lyrical venture.

Dr M. Rajaram

I. தொழிலாளர்

1. தொழிலாளர் விண்ணப்பம்

காடு களைந்தோம் - நல்ல
 கழனி திருத்தியும் உழவு புரிந்தும்
நாடுகள் செய்தோம் - அங்கு
 நாற்றிசை வீதிகள் தோற்றவும் செய்தோம்
வீடுகள் கண்டோம் - அங்கு
 வேண்டிய பண்டங்கள் ஈண்டிடச் செய்தோம்
பாடுகள் பட்டோம் - புவி
 பதமுறவே நாங்கள் நிதமும் உழைத்தோம்

மலையைப் பிளந்தோம் - புவி
 வாழவென் றேகடல் ஆழமும் தூர்த்தோம்
அலைகடல் மீதில் - பல்
 லாயிரங் கப்பல்கள் போய்வரச் செய்தோம்
பலதொல் லையுற்றோம் - யாம்
 பாதாளம் சென்று பசும்பொன்
எடுத்தோம் உலையில் இரும்பை - யாம்
 உருக்கிப்பல் யந்திரம் பெருக்கியுந் தந்தோம்

ஆடைகள் நெய்தோம் - பெரும்
 ஆற்றலை வளைத்துநெல் நாற்றுகள் நட்டோம்
கூடை கலங்கள் - முதல்
 கோபுரம் நற்சுதை வேலைகள் செய்தோம்
கோடையைக் காக்க - யாம்
 குடையளித் தோம்நல்ல நடையன்கள் செய்தோம்
தேடிய பண்டம் - இந்தச் செகத்தில்
 நிறைந்திட முகத்தெதிர் வைத்தோம்

I. LABOUR

1. APPEAL OF THE LABOUR

We cleared the jungles
Ploughed the fields
Paved the streets
Constructed the houses
Collected all necessities
Created the cities
Toiled day in and day out
Refined the land for better life

Blasted the mountains
Reclaimed the oceans
For the world's well being
Sailed our ships in thousands
Unmindful of pains
Dug gold in deep mines
Melted iron to make machines

We wove fine garments
Harnessed rivers to grow paddy
We made right from vessels to temple towers
We made umbrellas and footwears
To guard from scorching summer
We displayed all products much sought after

வாழ்வுக் கொவ்வாத - இந்த
    வையத்தை இந் நிலை எய்தப் புரிந்தோம்
ஆழ்கடல் காடு - மலை
    அத்தனை யிற்பல சத்தை யெடுத்தோம்
ஈழை அசுத்தம் - குப்பை
    இலைஎன்னவே எங்கள் தலையிற் சுமந்தோம்
சூழக் கிடந்தோம் - புவித்
    தொழிலாள ராம்எங்கள் நிலைமையைக் கேளீர்

கந்தை யணிந்தோம் - இரு
    கையை விரித்தெங்கள் மெய்யினைப் போர்த்தோம்
மொந்தையிற் கூழைப் - பலர்
    மொய்த்துக் குடித்துப் பசித்துக் கிடந்தோம்
சந்தையில் மாடாய் - யாம்
    சந்ததம் தங்கிட வீடுமில் லாமல்
சிந்தை மெலிந்தோம் - எங்கள்
    சேவைக் கெலாம்இது செய்நன்றி தானோ?

கோடிசுவரர்காள்!
    வதக்கிப் பிழிந்தே - சொத்தை
    வடிகட்டி எம்மைத் துடிக்க விட்டீரே!
    நிதியின் பெருக்கம் - விளை
நிலமுற்றும் உங்கள் வசம்பண்ணி விட்டீர்!

செப்புதல் கேட்பீர்! - இந்தச்
    செகத் தொழிலாளர்கள் மிகப்பலர் ஆதலின்
கப்பல் களாக - இனித்
    தொழும்பர்க ளாக மதித்திட வேண்டாம்!
இப்பொழு தேநீர் - பொது
    இன்பம் விளைந்திட உங்களின் சொத்தை
ஒப்ப டைப்பீரே - எங்கள்
    உடலில் இரத்தம் கொதிப்பேறு முன்பே

We transformed the unfit earth fit to live
And attained the perfect state
We harnessed deep oceans
Wild forests and steep hills
We carried on our head
Waste and garbage around us
We are labourers of this earth
Listen to our appeal

We covered our body with
Rags and naked arms
Together we drank gruel
And stayed hungry as cattle in a fair
We were without shelter in despair
Is this the gratitude for our service?

You grabbed our lands, O, millionaires!
You plundered our wealth by unfair means
You grinded and squeezed us to tremble
You snatched all our assets and shook us
You amassed all our wealth and lands
As if your own

Listen to what we say
Our labour-force is vast
Treat us not as slaves
Return our assets now itself
For a common good
Give them back soon
Before our blood boils

௨. நீங்களே சொல்லுங்கள்

சித்திரச் சோலைகளே! உமை நன்கு
திருத்த இப் பாரினிலே - முன்னர்
எத்தனை தோழர்கள் ரத்தம் சொரிந்தனரோ!
உங்கள் வேரினிலே?

தாமரை பூத்த தடாகங்களே! உமைத்
தந்தஅக் காலத்திலே - எங்கள்
தூய்மைச் சகோதரர் தூர்ந்து மறைந்ததைச்
சொல்லவோ ஞாலத்திலே.

ஆர்த்திடும் யந்திரக் கூட்டங்களே! - உங்கள்
ஆதி அந்தம் சொல்லவோ? - நீங்கள்
ஊர்த்தொழி லாளர் உழைத்த உழைப்பில்
உதித்தது மெய்அல்லவோ?

எலிகள் புசிக்க எலாம்கொடுத்தே சிங்க
ஏறுகள் ஏங்கிடுமோ? - இனிப்
புலிகள் நரிக்குப் புசிப்பளித்தே பெரும்
புதரினில் தூங்கிடுமோ?

கிலியை விடுத்துக் கிளர்ந்தெழுவார் இனிக்
கெஞ்சும்உத் தேசமில்லை - சொந்த
வலிவுடையார் இன்ப வாழ்வுடையார் இந்த
வார்த்தைக்கு மோசமில்லை

2. YOU SAY IT

O, picturesque gardens
How many comrades on this earth
Shed their blood to refine
Your lands and cultivate

O, lotus ponds
Shall we tell the world
How our beloved brothers
Were buried in the dust
When you were created?

O, vibrant machines in motion
Shall I tell you of your origin?
Isn't it true that you were born
Of the toil of the workers ?

Will the valiant lions run away
Giving all to the rats to eat ?
Will the tigers keep watching
The fox eating it's feed in the bush?

They will shed fear and wake up
No more begging
They are strong and happy
This is nothing but truth

૩. புதிய உலகு செய்வோம்

புதியதோர் உலகம் செய்வோம் - கெட்ட
போரிடும் உலகத்தை வேரொடு சாய்ப்போம்

பொதுஉடைமைக் கொள்கை திசையெட்டும் சேர்ப்போம்
புனிதமோ டதைஎங்கள் உயிரென்று காப்போம்

இதயமெலாம் அன்பு நதியினில் நனைப்போம்
இதுஎனதெ ன்னுமோர் கொடுமையைத் தவிர்ப்போம்

உணர்வெனும் கனலிடை அயர்வினை எரிப்போம்
ஒருபொருள் தனிஎனும் மனிதரைச் சிரிப்போம்!

இயல்பொருள் பயன்தர மறுத்திடில் பசிப்போம்
ஈவதுண்டாம் எனில் அனைவரும் புசிப்போம்

3. LET US MAKE A NEW WORLD

Come, let us make a new world
And fight with the warring world

Come, let us spread socialism
In all directions and protect
As our dear most life

Come, let us drench our hearts
In the river of pure love
And change our selfish attitude

Come, let us burn out fatigue
In the flame of enthusiasm
And yell at men claiming 'this is mine'

If denied of our rights to fruits of toil
Let us go without food
Let us share with all, if granted

4. உலகம் உன்னுடையது

மனிதரில் நீயுமோர் மனிதன் ; மண்ணன்று !
இமை திற ; எழுந்து நன்றாய் எண்ணுவாய் !
தோளை உயர்த்துச் சுடர் முகம் தூக்கு !
மீசையை முறுக்கி மேலே ஏற்று !
விழித்த விழியில் மேதினிக் கொளி செய் !
நகைப்பை முழக்கு ! நடத்து லோகத்தை !
உன் வீடு - உனது பக்கத்து வீட்டின்
இடையில் வைத்த சுவரை இடித்து
வீதிகள் இடையில் திரையை விலக்கி
நாட்டொடு நாட்டை இணைத்து மேலே
ஏறு ! வானை இடிக்கும் மலைமேல்
ஏறு விடாமல் ஏறு மேன்மேல்!
ஏறி நின்று பாரடா எங்கும்!

எங்கும் பாரடா இப்புவி மக்களைப்
பாரடா உனது மானிடப் பரப்பை !
பாரடா உன்னுடன் பிறந்த பட்டாளம் !
'என்குலம்' என்றுனைத் தன்னிடம் ஒட்டிய
மக்கட் பெருங்கடல் பார்த்து மகிழ்ச்சி கொள் !
அறிவை விரிவு செய் ; அகண்டமாக்கு !
விசாலப் பார்வையால் விழுங்கு மக்களை !
அணைந்து கொள் ! உன்னைச் சங்கமமாக்கு !
மானிட சமுத்திரம் நானென்று கூவு !
பிரிவிலை எங்கும் பேத மில்லை
உலகம் உண்ண உண் ! உடுத்த உடுப்பாய் !
புகல்வேன் ; 'உடைமை மக்களுக்குப் பொது'
புவியை நடத்துப் பொதுவில் நடத்து !
வானைப் போல் மக்களைத் தாவும்
வெள்ளை அன்பால் இதனைக் -
குள்ள மனிதர்க்கும் கூறடா தோழனே !!

4. WORLD IS YOURS

You are a man, not at all clay
Open your eyes and deliberate well
Raise your shoulders! Lift your fair face
Twist your moustache
Light up the world with your glance
Laugh louder and lead the world
Break the wall between you and neighbours
Remove the barriers between streets
Unite the nations and move ahead
Climb the steep mountains
Ascend higher and higher

Cast your eyes in all directions
See the people of this earth
See the vastness of your race
See the army of brothers
Rejoice at the sight of human ocean
Of which you are a part
Expand your vision and embrace the world
Inspire mankind with your broad vision
Embrace and mingle with them
Proclaim, "No divisions amongst us"
Do as the world does
Wealth is common to all
O, comrade!
Lead the world with pure heart

5. மானிட சக்தி

மானிடத் தன்மையைக் கொண்டு - பலர்
வையத்தை ஆள்வது நாம்கண்ட துண்டு
மானிடத் தன்மையை நம்பி - அதன்
வன்மையி னாற்புவி வாழ்வுகொள் தம்பி!
''மானிடம்'' என்றொரு வாளும் - அதை
வசத்தில் அடைந்திட்ட உன்இரு தோளும்
வானும் வசப்பட வைக்கும் - இதில்
வைத்திடும் நம்பிக்கை, வாழ்வைப் பெருக்கும்!

மானிடன் வாழ்ந்த வரைக்கும் - இந்த
வையத்திலே அவன் செய்த வரைக்கும்
மானிடத் தன்மைக்கு வேறாய் - ஒரு
வல்லமை கேட்டிருந்தால் அதைக் கூறாய்!
மானிடம் என்பது புல்லோ? - அன்றி
மரக்கட்டை யைக்குறித் திடவந்த சொல்லோ?
கானிடை வாழ்ந்ததும் உண்டு - பின்பு
கடலை வசப்படச் செய்ததும் அதுதான்!

மானிடம் போற்ற மறுக்கும் - ஒரு
மானிடன் தன்னைத்தன் உயிரும் வெறுக்கும்
மானிடம் என்பது குன்று - தனில்
வாய்ந்த சமத்துவ உச்சியில் நின்று
மானிடருக் கினி தாக - இங்கு
வாய்த்த பகுத்தறி வாம்விழி யாலே
வான்திசை எங்கணும் நீபார்! - வாழ்வின்
வல்லமை மானிடத் தன்மைஎன் றதேர்!

5. HUMAN POWER

O, Brothers
We have seen many benevolent rulers
Wield the sword with human kindness
Even heaven will be in your reach
Root your faith in human power
And achieve fertile growth
Is this life just a blade of grass?
Or dead wood?

Is there a greater force than humankind?
Men lived in forests as primitives
Taming the roaring seas
His own soul will dislike him
That fails to glorify
The virtue of mankind
Humanity is a majestic hill
Strengthen human power
From peak of equality

His own soul will dislike him
That fails to glorify
The virtue of human kind
Humanity is a majestic hill
View earth and heaven
With rational eyes
In all directions
Strengthen power of mankind
From peak of equality

6. உலகப்பன் பாட்டு

ஆடுகின்றாய் உலகப்பா! யோசித்துப்பார்!
 ஆர்ப்பாட்டக் காரர்இதை ஒப்பாரப்பா!
தேடப்பா ஒருவழியை என்றுசொன்னேன்
 செகத்தப்பன் யோசித்துச் சித்தம்சோர்ந்தான்
ஓடப்ப ராயிருக்கும் ஏழை யப்பர்
 உதையப்ப ராகிவிட்டால், ஓர்நொ டிக்குள்
ஓடப்பர் உயரப்பர் எல்லாம் மாறி
 ஒப்பப்பர் ஆய்விடுவார் உணரப் பாநீ!

7. ஆலைத் தொழிலாளி

ஆலையின் சங்கே நீ ஊதாயோ? மணி
ஐந்தான பின்னும் பஞ்சாலையின் சங்கே
காலை முதல் அவர் நெஞ்சம் கொதிக்கவே
வேலை செய்தாரே! என் வீட்டை மதிக்கவே !

மேலைத் திசைகளில் வெய்யிலும் சாய்ந்ததே
வீதி பார்த்திருந்த என் கண்ணும் ஓய்ந்ததே
மேலும் அவர் சொல் ஒவ்வொன்றும் இன்பம் வாய்ந்ததே
விண்ணைப் பிளக்கும் உன் தொண்டையேன் காய்ந்ததே?

குளிக்க ஒரு நாழிகையாகிலும் கழியும்
குந்திப் பேச இரு நாழிகை ஒழியும்
விளைத்த உணர்வில் கொஞ்ச நேரம் அழியும்
வெள்ளி முளைக்கு மட்டும் காதல்தேன் பொழியும்!

6. THE POOR

O, Arrogant capitalists!
You think it over
Agitators won't accept you
Deliberate and change your attitude
The poor are getting violent
Losing their patience
The high and low will change
And all will become equal
You all realize this

7. MILL LABOUR

O, siren won't you blow
It's already past five
My love is toiling since dawn
To earn our bread

The sun has set in the west
My eyes are tired
Every word of his is enchanting
Why is your booming voice silent?

He will spend some time to bathe
Double that time will pass in sweet converse
Some more time for the night's rejoice
And love's honey will shower till dawn

8. சமத்துவப் பாட்டு

தாழ்வென்றும் உயர்வென்றும்
 சமூகத்திற் பேதங்கொண்டால்
வாழ்வின்பம் உண்டாகுமோ? - சகியே
 வாழ்வின்பம் உண்டாகுமோ?

பிறப்பி லுயர்வுதாழ்வு
 பேசும் சமூகம்மண்ணில்
சிறக்குமோ சொல்வாயடி - சகியே
 சிறக்குமோ சொல்வாயடி?

பிறந்த முப்பது கோடிப்
 போரில் ஐங்கோடி மக்கள்
இறந்தாரோ சொல்வாயடி - சகியே
 இறந்தாரோ சொல்வாயடி?

இதந்தரும் சமநோக்கம்
 இல்லா நிலத்தில் நல்ல
சுதந்தரம் உண்டாகுமோ - சகியே
 சுதந்தரம் உண்டாகுமோ?

சோதர பாவம் நம்மில்
 தோன்றாவிடில் தேசத்தில்
தீதினி நீங்காதடி - சகியே
 தீதினி நீங்காதடி!

8. EQUALITY

O, Dear!
In a society discriminating
Men by birth
Will there be joy in life?
Will there be joy in life?

O, Dear!
If a society discriminates
Birth as low or high
Will it ever prosper?
Will it ever prosper?

O, Dear!
Among millions of people
Some are treated low
Are they no more?
Are they no more?

O, Dear!
In the land lacking equality
Can there be freedom?
Can there be freedom?

O, Dear!
If there is no fraternity
Evil won't leave this country
Evil won't leave this country

9. மீட்சி எப்போது?

காலைமுதல் மாலைவரை ஏருழுவர்
பசியால் மெலிந்து நோயினில் வாடி
தோலைமூட ஆடைஏதும் இலையே- உடல்
தூய்மைக்கும் யாதொருவழியுமே இலையே

அண்டி வாழ ஒருவீடில்லை, பிள்ளைகள்
கல்வி அடையவோ வழியில்லை, மீட்சியும்
கண்டதில்லை, நாளுமே வீழ்ச்சி - எனில்
கோரும் பொதுவாழ்வு தூய்மை பெறுமா?

10. எங்கெங்கும் சக்தியடா

எங்கெங்கு காணினும் சக்தியடா;-தம்பி
ஏழு கடல் அவள் வண்ணமடா!-அங்குத்
தங்கும் வெளியினிற் கோடியண்டம்-அந்தத்
தாயின் கைப்பந்தென ஓடுமடா-ஒரு
கங்குலில் ஏழு முகிலினமும்-வந்து
கர்ச்சனை செய்வது கண்டதுண்டோ?-எனில்
மங்கை நகைத்த ஒலியெனலாம்-அவள்
மந்த நகையங்கு மின்னுதடா!

காளை ஒருவன் கவிச்சுவையைக்-கரை
காண நினைத்த முழு நினைப்பில்-அன்னை
தோளசைத்தங்கு நடம்புரிவாள்-அவன்
தொல்லறிவாளர் திறம் பெறுவான் - ஒரு
வாளைச் சுழற்றும் விசையினிலே-இந்த
வையம் முழுவதும் துண்டு செய்வேன் - என
நீள இடையின்றி நீ நினைந்தால் அம்மை
நேர்படுவாள் உன்றன் தோளினிலே!

9. FREEDOM WHEN?

From dawn to dusk
The farm labourers toil
With hunger and disease
With nothing much to cover their skin
And clean their body

They have no roof over their heads
Their children never go to school
There is no relief for them at sight
Things are growing worse
And all hope is shattered
Can we cleanse our public life?

10. SAKTHI EVERYWHERE!

O, brother!
Goddess anywhere and everywhere
Seven seas in harmony of colours
Planets spinning like balls in darkness
Have you seen the clouds
Gathering and roaring
Like the laughter of the girl?
Her gentle smile is flashing there

O, brother!
Goddess will dance before you
When you sit to pen songs
You gain power of ancient wisdom
When you ceaselessly dream
Of cutting vile world into pieces
Goddess will sit on your shoulders

11. பசுத்தோல் போர்த்திய புலி

கடின உழைப்புத் தொழிலாளி
 கடைவிரித்தான் முதலாளி
மடையன் என்று உனைநினைப்பான் நிற்காதே-உன்
மாண்புழைப்பை அவனிடத்தில் விற்காதே!

ஒன்றிரண்டு உதவி செய்வான்
 உடலுழைப்பை உறிஞ்சிடுவான்
கொன்றழித்துத் தான்கொழுப்பான் போகாதே-பொருள்
கொலைகாரத் தொழில் உலையில் வேகாதே!

எண்ணங்கெட்ட பொருளாளி
 இழிவுக்கெல்லாம் முதலாளி
தொண்டுறிஞ்சும் புல்லுருவி வெம்பாதே!-பசுத்
தோலைப்போர்த்த புலியவனே நம்பாதே!

11. TIGER IN DISGUISE

O! Hard working labourer
Trust not deceitful words of your boss
Who will try to fool you
Don't mortgage
Your labour time to him

He will help you a little
But exploit your labour
He will fatten himself on your flesh
Don't throw yourself
Into his treacherous net

The ill-willed boss
Is adept in meanness
And a parasite on the workers
Don't fall into his hands
He is a tiger in disguise

12. கூடித் தொழில் செய்க

கூடித் தொழில்செய்தோர் கொள்ளைலா பம்பெற்றார்
வாடிடும் பேதத்தால் வாய்ப்பதுண்டோ தோழர்களே!

நாடிய ஓர்தொழில் நாட்டார் பலர்சேர்ந்தால்
கேடில்லை நன்மை கிடைக்குமன்றோ தோழர்களே!

சிறுமுதலால் லாபம் சிறிதாகும்; ஆயிரம்பேர்
உறுமுதலால் லாபம் உயருமன்றோ தோழர்களே!

அறுபதுபேர் ஆக்கும் அதனை ஒருவன்
பெறுவதுதான் சாத்தியமோ பேசிடுவீர் தோழர்களே!

பற்பலபேர் சேர்க்கை பலம்சேர்க்கும்; செய்தொழிலில்
முற்போக்கும் உண்டாகும் முன்னிடுவீர் தோழர்களே!

ஒருவன் அறிதொழிலை ஊரார் தொழிலாக்கிப்
பெரும்பே றடைவதுதான் பெற்றிஎன்க தோழர்களே!

பீடுற்றார் மேற்கில் பிறநாட்டார் என்பதெலாம்
கூடித் தொழில்செய்யும் கொள்கையினால் தோழர்களே!

12. TEAM WORK

O, Comrades!
Team work yields dividends
Discord yields loss

Team work brings prosperity
Discord brings poverty

O, comrades!
Small investment yields a small gain,
Collective investment yields higher gain

O, Comrades!
Let us not allow the fruits of labour
To be grabbed by a single man

O comrades!
Team work adds strength
Let us march forward

O, comrades!
Let us share our skill
And reap the benefit

O, comrades!
The west has progressed much
With their team work and labour

II. தமிழும் தமிழர்களும்

13. புதுநெறி காட்டிய புலவன்

தமிழரின் உயிர்நிகர் தமிழ்நிலை தாழ்ந்ததால்
இமை திறவாமல் இருந்த நிலையில்
தமிழகம் தமிழுக்குத் தகும்உயர் வளிக்கும்
தலைவனை எண்ணித் தவங்கிடக் கையில்
இலகு பாரதிப் புலவன் தோன்றினான்

பைந்த மிழ்த்தேர்ப் பாகன். அவனொரு
செந்தமிழ்த் தேனீ! சிந்துக்குத் தந்தை!
குவிக்கும் கவிதைக் குயில்! இந்நாட்டினைக்
கவிழ்க்கும் பகையைக் கவிழ்க்கும் கவிமுரசு
நீடு துயில்நீக்கப் பாடி வந்தநிலா
காடு கமழும் கற்பூரச் சொற்கோ

கற்பனை ஊற்றாம் கதையின் புதையல்
திறம்பாட வந்த மறவன்; புதிய
அறம்பாட வந்த அறிஞன்; நாட்டிற்
படரும் சாதிப் படைக்கு மருந்து!
மண்டும் மதங்கள் அண்டா நெருப்பவன்
அயலார் எதிர்ப்புக் கணையா விளக்கவன்
என்னென்று சொல்வேன் என்னென்று சொல்வேன்
தமிழால் பாரதி தகுதி பெற்றதும்
தமிழ் பாரதியால் தகுதி பெற்றதும்
எவ்வா றென்பதை எடுத்துரைக் கின்றேன்

II. TAMIL AND TAMILS

13. MODERN POET

Great poet Bharathi was born
To prosper and benefit this earth
When the pride of the Tamils was pricked
When they were in deep slumber
When they were longing for a leader

He was a champion of Tamil
A sweet Tamil honey bee
A bard of modern trends
A nightingale of Tamil verses
A poetic drum to kill nation's enmity
A singing moon to wake up sleeping men
A king of fragrant words like camphor woods

He was a spring of imagination
And a warrior poet
A scholar singing new virtues
A cure for evil of casteism
A raging fire against fanaticism
An eternal lamp for alien enmity
Bharathi attained glory through Tamil
Tamil attained glory through Bharathi
No words could I find on earth
To describe his greatness and glory

14. குடும்பத்தார்

அன்னை தந்த பால்ஒழுகும் குழந்தைவாய் தேன்ஒழுக
அம்மா என்று
சொன்னதுவும் தமிழன்றோ! அக்குழந்தை செவியினிலே
தோய்ந்த தான
பொன்மொழியும் தமிழன்றோ! புதிதுபுதிதாய்க்கண்ட
பொருளினோடு
மின்னியதும் தமிழன்றோ! விளையாட்டுக்கிளிப் பேச்சும்
தமிழே யன்றோ!

வானத்து வெண்ணிலவும் வையத்தின் ஓவியமும் தரும்
வியப்பைத்
தேனொக்கப் பொழிந்ததுவும் தமிழன்றோ! தெருவிலுறு
மக்கள் தந்த
ஊனுக்குள் உணர்வேயும் தமிழன்றோ! வெளியேயும்
உள்ளத் துள்ளும்
தான் நத்தும் அனைத்துமே காட்சி தரும் வாயிலெல்லாம்
தமிழேயன்றோ

திருமிக்க தமிழகத்தின் குடும்பத்தீர்! இல்லறத்தீர்!
செந்தமிழ்க்கே
வருமிக்க தீமையினை எதிர்த்திடுவீர் நெஞ்சாலும்
வாய்மெய்யாலும்!
பொருள் மிக்க தமிழ்மொழிக்குப் புரித்திடுவீர் நற்றொண்டு
புரியாராயின்
இருள்மிக்க தாகிவிடும் தமிழ் நாடும் தமிழர்களின் இனிய
வாழ்வும்!

இங்கு
யாவினுமே தமிழல்லால் இயற்கை தரும் மொழிவேறொன்
றில்லை யன்றோ

14. FAMILY

Amma is the first Tamil word
Babbled by the suckling baby
Tamil is the first word
Heard by the baby
Objects first found by baby
Reflect sweet Tamil
Tamil is the parrot language
Of the little baby

Tamil gives joy of moon
Sky and nature
Showering honeyed sweetness
Tamil is all pervasive
Tamil reverberates all around
In all our households

O, family members of Tamil
Let us fight tooth and nail
All attempts on Tamil
Let us serve classical Tamil
With sincere heart
Else darkness will embrace
Tamils and Tamil land
Is there a language other than Tamil
To speak the language of nature ?

15. தமிழ்த் தாய்

வாழ்வினில் செம்மையைச் செய்பவள் நீயே
  மாண்புகள் நீயே என் தமிழ்த் தாயே
வீழ்வாரை வீழாது காப்பவள் நீயே!
  வீரனின் வீரமும் வெற்றியும் நீயே!

தாழ்ந்திடு நிலையினில் உனைவிடுப் பேனோ
  தமிழன்எந் நாளும் தலைகுனி வேனோ?
சூழ்ந்தின்பம் நல்கிடும் பைந்தமிழ் அன்னாய்
  தோன்றுடல் நீஉயிர் நான்மறப் பேனோ?

செந்தமிழே! உயிரே! நறுந் தேனே!
  செயலினை மூச்சினை உனக்களித் தேனே!
நைந்தாய்எனில் நைந்து போகுமென் வாழ்வு
  நன்னிலை உனக்கெனில் எனக்குந் தானே!

முந்திய நாளினில் அறிவும்இ லாது
  மொய்த்தநன் மனிதராம், புதுப்புனல் மீது
செந்தாமரைக் காடு பூத்தது போல
  செழித்தஎன் தமிழே ஒளியே வாழி!

15. MOTHER TAMIL

My great mother Tamil
You are the one ennobling our life
And embodying our greatness
You are the one saving those that fall
And nursing the valour and valorous

Will I ever let you down?
Will I ever stoop down?
O! all pervading Tamil
Bless me with joy

You are my heart and soul
Will I ever forget you?
I dedicate my life and deeds
To Tamil, my soul and honey

Your prosperity is mine indeed
Like bunches of blooming lotuses
On the fresh flowing floods
You nourished humanity
O, glorious Tamil!
All glory to you

16. தமிழின் இனிமை

கனியிடை ஏறிய சுளையும் - முற்றல்
 கழையிடை ஏறிய சாறும்,
பனிமலர் ஏறிய தேனும் - காய்ச்சுப்
 பாகிடை ஏறிய சுவையும்,
நனிபசு பொழியும் பாலும் - தென்னை
 நல்கிய குளிரிள நீரும்,
இனியன என்பேன் எனினும் - தமிழை
 என்னுயிர் என்பேன் கண்டீர் !

பொழிலிடை வண்டின் ஒலியும் - ஓடைப்
 புனலிடை வாய்க்கும் கலியும்,
குழலிடை வாய்க்கும் இசையும், - வீணை
 கொட்டிடும் அமுதப் பண்ணும்,
குழவிகள் மழலைப் பேச்சும் - பெண்கள்
 கொஞ்சிடும் இதழின் வாய்ப்பும்,
விழைகுவ னேனும், தமிழும் - நானும்
 மெய்யாய் உடலுயிர் கண்டீர்!

பயிலுறும் அண்ணன் தம்பி, - அக்கம்
 பக்கத் துறவின் முறையார்,
தயைமிக உடையாள் அன்னை - என்னைச்
 சந்ததம் மறவாத் தந்தை,
குயில்போல் பேசிடும் மனையாள், - அன்பைக்
 கொட்டி வளர்க்கும் பிள்ளை,
அயலவ ராகும் வண்ணம் -தமிழ்என்
 அறிவினில் உறைதல் கண்டீர் !

16. SWEETNESS OF TAMIL

Tasty jackfruit
Sugarcane juice
Fresh honey
Jaggery syrup
Fresh cow milk and
Cool tender coconut water
All are delicious
Yet more delicious is my Tamil

Humming bees in the garden
Sound of flowing streams
Music from flute and veena
Babbling of babies
Women's lisping love
I love all these
Tamil and I are body and soul

Learned brothers and relatives
Loving mother and father
Loving wife and children
All of them may become aliens
But not Tamil, dearer to my heart

நீலச் சுடர்மணி வானம் - ஆங்கே
நிறைக் குளிர்வெண் ணிலவாம்
காலைப் பரிதியின் உதயம் - ஆங்கே
கடல்மேல் எல்லாம் ஒளியாம்,
மாலைச் சுடரினில் மூழ்கும் - நல்ல
மலைகளின் இன்பக் காட்சி
மேலென எழுதும் கவிஞர் - தமிழின்
விந்தையை எழுதத் தரமோ?

செந்நெல் மாற்றிய சோறும் - பசுநெய்
தேக்கிய கறியின் வகையும்,
தன்னிகர் தானியம் முதிரை - கட்டித்
தயிரோடு மிளகின் சாறும்
நன்மதுரஞ் செய் கிழங்கு - காணில்
நாவிலி னித்திடும் அப்பம்
உன்னை வளர்ப்பன தமிழா! - உயிரை
உணர்வை வளர்ப்பது தமிழே !

Blue bright sky, shining moon
Morning sun, glittering seas
Setting sun and drowning hills
Ah, what a pleasant sight!
All these are hailed by poets
Yet they are not equal to Tamil

Rice from brown paddy grains
And dishes made in cow's ghee
Tasty pulses, thick curd, pepper water
Roots and delicious cakes
All these may nourish your body
But Tamil alone nurtures heart and soul!

17. இன்பத் தமிழ்

தமிழுக்கும் அமுதென்று பேர் ! - அந்தத்
தமிழ் இன்பத் தமிழ்எங்கள் உயிருக்கு நேர் !

தமிழுக்கு நிலவென்றுபேர்! - இன்பத்
தமிழ் எங்கள் சமுகத்தின் விளைவுக்கு நீர் !

தமிழுக்கு மணமென்று பேர் ! - இன்பத்
தமிழ் எங்கள் வாழ்வுக்கு நிருமித்த ஊர் !

தமிழுக்கு மதுவென்று பேர்! - இன்பத்
தமிழ் எங்கள் உரிமைச்செம் பயிருக்கு வேர் !

தமிழ் எங்கள் இளமைக்குப் பால்! - இன்பத்
தமிழ் நல்ல புகழ்மிக்க புலவர்க்கு வேல் !

தமிழ் எங்கள் உயர்வுக்கு வான்! - இன்பத்
தமிழ் எங்கள் அசதிக்குச் சுடர்தந்த தேன் !

தமிழ் எங்கள் அறிவுக்குத் தோள்! - இன்பத்
தமிழ் எங்கள் கவிதைக்கு வயிரத்தின் வாள் !

தமிழ் எங்கள் பிறவிக்குத் தாய்! - இன்பத்
தமிழ் எங்கள் வலமிக்க உளமுற்ற தீ!

17. LOVELY TAMIL

Sweet nectar is Tamil
As dear as life

Cool moon is Tamil
Giving elixir of water

Sweet fragrance is Tamil
That is our abode

Angelic wine is Tamil
Which is the root of life

Milk of inspiration is Tamil
Which is the spear of poets

Sky of our aspirations is Tamil
Our refreshing honey is Tamil

A prop for learning is Tamil
Which is a diamond sword

Our divine Mother is Tamil
Which is our inspiring fire

18. தமிழ்ப் பேறு

ஏடெடுத் தேன்கவி ஒன்று வரைந்திட
 'என்னை எழு' தென்று சொன்னது வான்!
ஓடையுந் தாமரைப் பூக்களும் தங்களின்
 ஓவியந் தீட்டுக, என்றுரைக்கும்!
காடும் கழனியும் கார்முகிலும் வந்து
 கண்ணைக் கவர்ந்திட எத்தனிக்கும்!
ஆடும் மயில்நிகர் பெண்களெல் லாம்உயிர்
 அன்பினைச் சித்திரம் செய்க, என்றார்!

சோலைக் குளிர்தரு தென்றல் வரும்பசுந்
 தோகை மயில்வரும் அன்னம் வரும்.
மாலைப் பொழுதினில் மேற்றிசையில் விழும்
 மாணிக்கப் பரிதி காட்சிதரும்
'வேலைச் சுமந்திடும் வீரரின் தோள்உயர்
 வெற்பென்று சொல்லி வரைக' எனும்
கோலங்கள் யாவும் மலைமலையாய் வந்து
 கூவின என்னை! - இவற்றிடையே

இன்னலிலே, தமிழ் நாட் டினிலே யுள்ள
 என்தமிழ் மக்கள் துயின்றிருந்தார்.
அன்னதோர் காட்சி இரக்க முண்டாக்கியென்
 ஆவியில் வந்து கலந்ததுவே
'இன்பத் தமிழ்க்கல்வி யாவரும் கற்றவர்
 என்றுரைக்கும் நிலை எய்திவிட்டால் -
துன்பங்கள் நீங்கும், சுகம்வரும் நெஞ்சினில்
 தூய்மை யுண்டாகிடும், வீரம் வரும்'

18. TAMIL GLORY

I took a sheet to pen a poem
"Write about me", said sky
"Sketch me in colours," asked lotus
Woods fields and clouds
Enchant our eyes
"Paint our loving life"
Pleaded peacock-like dancers

Dancing cool breeze
Green feathered peacocks, swans
All these may queue up at dusk
Ruby-like sun setting westward
Shoulders of soldiers with heavy spears
All these lovely scenes
Beckoned me to sketch them

But Tamils in Tamil Nadu
Are slogging in sleep
Sickly scene evoked my pity
And saddened my soul
When all learn sweet Tamil
And attain glorious state
Grief will fly away
Comfort, purity and valour will stay

19. தமிழ் வளர்ச்சி

எளிய நடையில் தமிழ்நூல் எழுதிடவும் வேண்டும்!
இலக்கண நூல் புதிதாக இயற்றுதலும் வேண்டும்!
வெளியுலகில், சிந்தனையில் புதிது புதிதாக
விளைந்துள்ள எவற்றினுக்கும் பெயர்களெலாங் கண்டு
தெளிஉறுத்தும் படங்களொடு சுவடியெலாம் செய்து
செந்தமிழைச் செழுந்தமிழாய்ச் செய்வதுவும் வேண்டும்!
எளிமையினால் ஒரு தமிழன் படிப்பில்லை என்றால்
இங்குள்ள எல்லோரும் நாணிடவும் வேண்டும்!

உலகியலின் அடங்கலுக்கும் துறைதோறும் நூற்கள்
ஒருத்தர் தயைஇல்லாமல் ஊரறியும் தமிழில்
சலசலென எவ்விடத்தும் பாய்ச்சிவிட வேண்டும்!
தமிழொளியை மதங்களிலே சாய்க்காமை வேண்டும்.
இலவச நூற்கழகங்கள் எவ்விடத்தும் வேண்டும்
எங்கள்தமிழ் உயர்வென்று நாம்சொல்லிச் சொல்லித்
தலைமுறைகள் பலகழித்தோம்; குறைகளைந் தோமில்லை
தகத்தகாயத் தமிழைத் தாபிப்போம் வாரீர்!

19. TAMIL DEVELOPMENT

Books in Tamil should be in simple style
Books on grammar should be refined
Write books to the world at large
Coin new words with illustrations
Let us enrich classical Tamil
If anyone misses school due to poverty
All of us should hang our heads in shame

Spread Tamil books everywhere
In all disciplines without any bias
With free libraries everywhere
Many generations have gone
Trumpeting the glory of Tamil
Yet we haven't refined ourselves,
Come, enrich our glorious Tamil

௨0. எங்கள் தமிழ்

இனிமைத் தமிழ்மொழி எமது - எமக்
கின்பந் தரும்படி வாய்த்தநல் அமுது!
கனியைப் பிழிந்திட்ட சாறு - எங்கள்
கதியில் உயர்ந்திட யாம்பெற்ற பேறு!
தனிமைச் சுவையுள்ள சொல்லை - எங்கள்
தமிழினும் வேறெங்கும் யாங்கண்டதில்லை!
நனி'யுண்டு நனியுண்டு காதல் - தமிழ்
நாட்டினர் யாவர்க்குமே தமிழ் மீதில்!

தமிழ் எங்கள் உயிர்என்ப தாலே - வெல்லுந்
தரமுண்டு தமிழருக் கிப்புவி மேலே
தமிழ்என்னில் எம்முயிர்ப் பொருளாம் - இன்பத்
தமிழ்குன்றுமேல் தமிழ்நாடெங்கும் இருளாம்
தமிழுண்டு தமிழ் மக்க ளுண்டு - இன்பத்
தமிழுக்கு நாளும் செய்வோம் நல்ல தொண்டு
தமிழ் என்று தோள்தட்டி ஆடு! -நல்ல
தமிழ்வெல்க வெல்கஎன்றே தினம் பாடு!

20. OUR TAMIL

Sweet Tamil is ours
Giving nectarine joy
You are juice of sweet fruits
You are a blessed gift cheering us!
Found nowhere else
Tamil endears everyone

Sweet Tamil, you are our life
With ever-winning power on this earth
O, Tamil you are our dear life!
Darkness will encircle if Tamil dims out
Tamil is very much alive
Tamils are ever-vibrant
Let us serve Tamil
Let Tamil blossom in pride and joy
And dance the dance of victory
Let our song be "Hail Tamil"

௨1. தமிழ் உணவு

ஆற்றங் கரைதனிலே - இருள்
அந்தியிலே குளிர் தந்த நிலாவினில்
காற்றில் உட்கார்ந்திருந்தேன் - வெய்யிற்
காலத்தின் தீமை இலாததினால் அங்கு
வீற்றிருந்தார் பலபேர் - வந்து
மேல்விழும் தொல்லை மறந்திருந்தார்! பழச்
சாற்றுச் சுவைமொழியார் - சிலர்
தங்கள் மணாளரின் அண்டையிருந்தனர்!

நாட்டின் நிலைபேசிப் - பல
நண்பர்கள் கூடி இருந்தனர் ஓர்புறம்
ஓட்டம் பயின்றிடுவார் - நல்ல
ஒன்பது பத்துப் பிராயம் அடைந்தவர்
கோட்டைப் பவுன் உருக்கிச் செய்த
குத்துவிளக்கினைப் போன்ற குழந்தைகள்
ஆட்டநடை நடந்தே - மண்ணை
அள்ளுவர் வீழுவர் அம்புலிவேண்டுவர்!

புனலும் நிலாவொளியும் - அங்குப்
புதுமை செய்தே நெளிந்தோடும்! மரங்களில்
இனிது பறந்து பறந் - தங்கும்
இங்கும் அடங்கிடும் பாடிய பறவைகள் !
தனிஒரு வெள்ளிக்கலம் - சிந்தும்
தரளங்கள் போல்வன நிலவு நக்ஷத்திரம்!
புனையிருள் அந்திப் பெண்ணாள் - ஒளி
போத்ததுண்டோ எழில் பூத்ததுண்டோ?

21. TAMIL & A FEAST

Upon a riverbank on a dark night
In the cool moon I was sitting
In a breezy spot sans summer-heat
Many were there in joy
Unmindful of pouring crowd
Fair wives with juicy words
Found around half unseen
With husbands lisping love

Friends gossiping day to day affairs
A few kids playing around
As mint-gold lamps
Dancing and rolling on sands
Asking for frolic-moon

Singing birds on trees
Resting on their nests
Dancing moon on streams
Looks like a lady at night
Dressed in twinkling stars
Like spilling pearls
From unique silver vessel

பொருளற்ற பாட்டுக்களை - அங்குப்
புத்தமுதென்றனர்; கைத்தாளமிட்டனர்;
இருளுக்குள் சித்திரத்தின் - திறன்
ஏற்படுமோ இன்பம் வாய்த்திடக்கூடமோ?
உருவற்றுப் போனதுண்டோ - மிக்க
உயர்வுற்ற தமிழ்மக்கள் உணர்வுற்ற நல்வாழ்வு?
கருவுற்ற செந்தமிழ்ச்சொல் - ஒரு
கதியற்றுப் போனதுண்டோ அடடா!

ஒன்றெனச் செய்ததுவே! - நல்
உவகை பெறச்செய்ததே தமிழ்ப் போசனம்!
நன்று தமிழ்வளர்க! - தமிழ் நாட்டினில்
எங்கணும் பல்குக! பல்குக!
என்றும் தமிழ் வளர்க! - கலை
யாவும் தமிழ்மொழியால் விளைந்தோங்குக!
இன்பம் எனப்படுதல் - தமிழ்
இன்பம் எனத்தமிழ் நாட்டினர் எண்ணுக!

People hailed senseless songs
As new brew clapping hands
Think and thrive!
Can a painting in pitch dark
Beam its powers spreading joy
Can Tamil fade in form
To go miserable and get lost?

Tamil has united us
To rejoice together
All arts galore in Tamil world
Simply fly sky high!
Joy is simply Tamil Joy
Hail Tamil all over the world

௨௨. சங்க நாதம்

எங்கள் வாழ்வும் எங்கள் வளமும்
மங்காத தமிழென்று சங்கே முழங்கு!
எங்கள் பகைவர் எங்கோ மறைந்தார்
இங்குள்ள தமிழர்கள் ஒன்றாதல் கண்டே!

திங்களொடும் செழும்பரிதி தன்னோடும் விண்ணோடும்
உடுக்களோடும்
மங்குல் கடல் இவற்றோடும் பிறந்த தமிழுடன் பிறந்தோம்
நாங்கள், ஆண்மைச்
சிங்கத்தின் கூட்டம் என்றும் சிறியோர்க்கு ஞாபகம் செய்
முழங்கு சங்கே!
சிங்களஞ்சேர் தென்னாட்டு மக்கள் தீராதி தீரரென்று
ஊதூது சங்கே!

பொங்கும் தமிழர்க்கு இன்னல் விளைத்தால் சங்காரம்
நிசமெனச் சங்கே முழங்கு!
வெங்கொடுமைச் சாக்காட்டில் விளையாடும் தோள் எங்கள்
வெற்றித் தோள்கள்!
கங்கையைப் போல் காவிரி போல் கருத்துக்கள் ஊறும்
உள்ளம் எங்கள் உள்ளம்!
வெங்குருதி தனில் கமழ்ந்து வீரஞ்செய்கின்ற தமிழ்
எங்கள் மூச்சாம்!

22. CLARION CALL

O, Conch! Blow our glory
Our life and wealth
All our foes fled elsewhere
On seeing us united

O, Conch! Blow our glory
Of Tamil born with moon and sun
Stars and comets
Deep oceans red and blue
Let us trumpet to our enemies
We are mighty warriors like lions

O, Conch! Blow to give death blow
If Tamils are rubbed up anywhere
Even a war is a child's play for us
Our minds swell with fertile ideas
Like Ganges and Cauvery
Tamil is our breath inspiring us

௨௩. எந்நாளோ?

என்னருந் தமிழ்நாட்டின் கண்
எல்லோரும் கல்விகற்றுப்
பன்னறும் கலைஞா னத்தால்
பராக்கிர மத்தால், அன்பால்
உன்னத இமய மலைபோல்
ஓங்கிடும் கீர்த்தி எய்தி
இன்புற்றார் என்று மற்றோர்
இயம்பக்கேட் டிடல்எந் நாளோ?

கைத்திறச் சித்தி ரங்கள்,
கணிதங்கள் வான நூற்கள்
மெய்த்திற நூற்கள், சிற்பம்,
விஞ்ஞானம், காவியங்கள்
வைத்துள தமிழர் நூற்கள்
வையத்தின் புதுமை என்னப்
புத்தக சாலை எங்கும்
புதுக்குநாள் எந்த நாளோ?

தாயெழிற் றமிழை, என்றன்
தமிழரின் கவிதை தன்னை
ஆயிரம் மொழியிற் காண
இப்புவி அவாவிற் றென்ற
தோயுறும் மதுவின் ஆறு
தொடர்ந்தென்றன் செவியில் வந்து
பாயுநாள் எந்த நாளோ
ஆரிதைப் பகர்வார் இங்கே?

பார்த்தொழில் அனைத்தும் கொண்ட
பயன்தரும் ஆலைக் கூட்டம்
ஆர்த்திடக் கேட்ப தென்றோ?
அணிபெறத் தமிழர் கூட்டம்

23. O, WHEN?

All are happy in my dear land
All are skilled in arts and crafts
Ever achieving greatness
With bravery and kindness
Like lofty Himalayas
When shall I rejoice to hear
Others say all this?

When shall we stack all libraries
With books of novelties in Tamil
Mathematics, astronomy
Philosophy, science, epics
Sculpture and paintings?

When shall we hear
That my lovely mother Tamil
Has entered into sweet Tamil poetry
In thousands of languages
Like the river of honey?

When shall I hear the clang
Of our vibrant factories
That fulfils the world's needs?
When shall my mind dance to hear

போர்த்தொழில் பயில்வதெண்ணிப்
புவியெலாம் நடுங்கிற் றென்ற
வார்த்தையைக் கேட்டு நெஞ்சு
மகிழ்ந்துகூத் தாடல் என்றோ?

வெள்ளம்போல் தமிழர் கூட்டம்
வீரங்கொள் கூட்டம்; அன்னார்
உள்ளத்தால் ஒருவரே மற்று
உடலினால் பலராய்க் காண்பார்
கள்ளத்தால் நெருங்கொ ணாதே
எனவையம் கலங்கக் கண்டு
துள்ளும்நாள் எந்நாள்? உள்ளம்
சொக்கும்நாள் எந்த நாளோ?

தறுக்கினாற் பிறதே சத்தார்
தமிழன்பால் - என்நாட் டான்பால்
வெறுப்புறும் குற்றஞ்செய்தா
ராதலால் விரைந்தன் னாரை
நொறுக்கினார் முதுகெ லும்பைத்
தமிழர்கள் என்ற சேதி
குறித்தசொல் கேட்டின் பத்திற்
குதிக்கும்நாள் எந்த நாளோ?

நாட்டும்சீர்த் தமிழன் இந்த
நானில மாயம் கண்டு
காட்டிய வழியிற் சென்று
கதிபெற வேண்டும் என்றே
ஆட்டும்சுட் டுவிரல் கண்டே
ஆடிற்று வையம் என்று
கேட்டுநான் இன்ப ஊற்றுக்
கேணியிற் குளிப்ப தெந்நாள்?

That the whole world trembles to see
The mighty army of Tamil warriors?

Army of Tamils with valiant warriors
With hearts beating in symphony
Evils cannot touch us
Though foes many in numbers
When can I see this
And rejoice to world's surprise?

When shall I dance
To hear the news that
Tamils break the spines of foes
Who assaulted us
In arrogance?

When shall I jump
In the well of joy
That the world obeys
The command of Tamils
Who lead the world from its present decay?

௨4. தமிழ் காக்க எழுந்திரு!

ஒண்டமிழ்த்தாய் சிலம்படியின்
முன்னேற்றம் ஒவ்வொன்றும்
உன்முன் னேற்றம்!
கண்டறிவாய்! எழுந்திரு நீ!
இளந்தமிழா, கண்விழிப்பாய்!
இறந்தொ ழிந்த

பண்டைநலம் புதுப்புலமை
பழம்பெருமை அனைத்தையும் நீ
படைப்பாய்! இந்நாள்
தொண்டு செய்வாய்! தமிழுக்குத்
துறைதோறும் துறைதோறும்
துடித்தெ ழுந்தே!

உயர்தமிழ்த்தாய் இந்நிலத்தில்
அடைகின்ற வெற்றியெலாம்
உன்றன் வெற்றி!
அயராதே! எழுந்திருநீ!
இளந்தமிழா, அறஞ்செய்வாய்!
நாம டைந்த

துயரத்தைப் பழி தன்னை
வாழ்வினிலோர் தாழ்மையினைத்
துடைப்பாய் இந்நாள்
செயல் செய்வாய் தமிழுக்குத்
துறைதோறும் துறைதோறும்
சீறி வந்தே!

24. ARISE TO PROTECT TAMIL

All progress of glorious Tamil
Is your progress
Understand this and be alert
O, Tamil youth!

Revive our past glory
Create novel ideas for progress
Render service to Tamil
In each branch of knowledge

All victories of Tamil are yours
Tire not and arise!
Do virtuous deeds
O! Tamil youth

Do good, erase taints and pains at once
Swiftly act and serve in all disciplines
Render service to Tamil
In each branch of knowledge

வாழியநீ! தமிழ்த்தாய்க்கும்
வரும் பெருமை உன் பெருமை!
வயிற்றுக் கூற்றக்
கூழின்றி வாடுகின்றார்
எழுந்திருநீ! இளந்தமிழா
குறைத விர்க்க

ஆழிநிகர் படைசேர்ப்பாய்!
பொருள்சேர்ப்பாய்! இன்பத்தை
ஆக்கு விப்பாய்!
ஊழியஞ்செய் தமிழுக்குத்
துறைதோறும் துறைதோறும்
உணர்ச்சி கொண்டே!

உணர்ந்திடுக தமிழ்த்தாய்க்கு
வருந்தீமை உனக்குவரும்
தீமை அன்றோ!
பிணிநீக்க எழுந்திருநீ
இளந்தமிழா, வரிப்புலியே
பிற்றை நாளுக்
கணிசெய்யும் இலக்கியம் செய்!
அறத்தைச் செய்! விடுதலைகொள்
அழகு நாட்டில்!

All glories of Tamil are yours
Strive hard to feed the hungry
And fill their stomach
To set right defects
Wake up, O, Tamil youth

Gather a sea of armies
And create wealth and joy
Render service to Tamil
In each branch of knowledge!

Are not perils to Tamil yours
Arise and awake to protect it
Do the virtuous deeds
Enjoy freedom
In this beautiful land
Create literature for future
Render service to Tamil
In all disciplines

25. நாம் தமிழர் என்று பாடு

நாம் பிறந்தது நாம் வளர்ந்தது தமிழ்நாடு - தமிழா
நாம் தமிழர் நாம் தமிழர் என்று பாடு!
போம்படி சொல் அயலாட்சியைப் பொழுதோடு-விரைவில்
போகாவிட்டால் அறிவார் அவர்படும்பாடு
நாமறிவோம் உலகத்தில்நம் பண்பாடு-தமிழா
நாம்தமிழர் நம்திறத்துக் கெவர்ஈடு?
தீமை இனிப் பொறுக்காது நம்தமிழ் நாடு-நாம்
தீர்த்துக் கெண்டோம் அவர் கணக்கை இன்றோடு!

மூவேந்தர் முறைசெய்தது நம்தமிழ்நாடு-தாய்
முலைப்பாலொடு வீரம்உண்டது செந்தமிழ்நாடு
கோவிலுக்குள் வேண்டாம் பிறர்தலையீடு-பகை
குறுகுறுத்தால் பொறுக்காதெம் படைவீடு!
நாவலரும் காவலரும் ஆண்டதுஇந்நாடு-நிமிர்ந்து
நாம்தமிழர் நாம்தமிழர் என்றுபாடு!
நாவைப்பதா நம் சோற்றில் கோழிப்பேடு?-தமிழா
நாம்தமிழர் நாம்தமிழர் என்றுபாடு!

முத்துக்கடல் முரசறையும் முத்தமிழ்நாடு-நீ
முன்னேறுவாய் தமிழ் மறவா ஒற்றுமையோடு
நத்துவதை ஒப்பிடுமா நம்வீடு மறவா?
நாம்தமிழர் நாம்தமிழர் என்றுபாடு!
நத்தை உறவாடுவதா சிங்கத்தோடு-தமிழர்
நாம் தமிழர் நாம் தமிழர் என்று பாடு!

25. HAIL WE ARE TAMILS

O, Tamils! Born and bred in Tamil Nadu
Let us sing "We are Tamils! We are Tamils!"
Let us thrash our foreign rulers at once
Or else they face fearful odds
Our culture is supreme in the world
O, Tamils! We are Tamils
No match for our talents
No more harm to Tamils
Settle scores with our foes today

The three Tamil kings gave golden rule
Our mothers taught valour while nursing
Let not aliens meddle with our temples
Faulting foes will meet their fate
Brains and brawns ruled this land
Sing "We are Tamils! We are Tamils!"
We won't let chicks spoil our food!
Sing "We are Tamils! We are Tamils!"

Oceans with precious pearls and roaring tides
Beat the war drums
O! Tamils, unite and surge ahead
Holding aloft the Tamil flags!
Our heritage won't cringe and crawl?
Sing "We are Tamils! We are Tamils!"
Should a lion think of courting a snail?
Sing "We are Tamils! We are Tamils!"

26. திராவிட நாட்டுப் பண்

வாழ்க வாழ்கவே
வளமார் எமது திராவிடநாடு
வாழ்க வாழ்கவே!

சூழும் தென்கடல் ஆடும் குமரி
  தொடரும் வடபால் அடல்சேர் வங்கம்
ஆழும் கடல்கள் கிழக்கு மேற்காம்
  அறிவும் திறலும் செறிந்த நாடு!

பண்டைத் தமிழும் தமிழில் மலர்ந்த
  பண்ணிகர் தெலுங்கு துளுமலை யாளம்
கண்டை நிகர்கன் னடமெனும் மொழிகள்
  கமழக் கலைகள் சிறந்த நாடு!

அள்ளும் சுவைசேர் பாட்டும் கூத்தும்
  அறிவின் விளைவும் ஆர்ந்திடு நாடு
வெள்ளைப் புனலும் ஊழித்தீயும்
  வேகச் சீறும் மறவர்கள் நாடு!

அகிலும் தேக்கும் அழியாக் குன்றம்
  அழகாய் முத்துக் குவியும் கடல்கள்
முகிலும் செந்நெலும் முழங்கு நன்செய்
  முல்லைக்காடு மணக்கும் நாடு!

26. DRAVIDIAN ANTHEM

Long live, Long live our land
Fertile is our land
Long live our land!

Comorin with southern seas
Surging Bengal in north
Seas in east and west
Ours is a land of wisdom and skill
Long live, long live our land!

Ancient Tamil and its offsprings
Sweet Telugu, Tulu, Malayalam
And Kannadam flourished in our land
Long live, long live our land!

Our land is full of vibrant songs
Artful dances and ancient culture
Lifting this land
Warriors here like floods and fire
Long live, long live our land!

Hills and hopping seas with heaps of pearls
Raining clouds with paddy crops
Fragrant flowers abound in our land
Long live, long live our land!
Tamils were the leaders of the world
Spreading knowledge and grace

அமைவாம் உலகின் மக்களை யெல்லாம்
 அடிநாள் ஈன்ற அன்னை தந்தை
தமிழர்கள் கண்டாய் அறிவையும் ஊட்டிச்
 சாகாத் தலைமுறை ஆக்கிய நாடு!

ஆற்றில் புனலின் ஊற்றில் கனியின்
 சாற்றில் தென்றல் காற்றில் நல்ல
ஆற்றல் மறவர் செயலில் பெண்கள்
 அழகில் கற்பில் உயர்ந்த நாடு!

புனலிடை மூழ்கிப் பொழிலிடை யுலவிப்
 பொன்னார் இழையும் துகிலும் பூண்டு
கனிமொழி பேசி இல்லறம் நாடும்
 காதல் மாதர் மகிழுறும் நாடு!

திங்கள் வாழ்க! செங்கதிர் வாழ்க!
 தென்றல் வாழ்க! செந்தமிழ் வாழ்க!
இங்குத் திராவிடர் வாழ்க மிகவே
 இன்பம் சூழ்ந்ததே எங்கள் நாடு!

For generations after generations
Long live, long live our land!

A country with rivers and springs
Juicy fruits and cool breeze
Valiant youth and beautiful girls
Long live, long live our land!

Graceful girls dipping in waters
Trekking in woods with golden jewels
And pleasing costumes
Sweetly speaking love
Long live, long live our land!

Long live moon, long live red sun
Long live southern breeze
Long live classical Tamil
Long live jubilant Dravidians
Long live, long live our land!

௨7. எங்கள் ஊரில்

பூவிருக்கும் தேனிருக்கும் மணம்இ ருக்கும்
  பொடியிருக்கும் வண்டுகள்பண்பா டிடும்பூங்
காவிருக்கும் குளிர்இருக்கும் தென்றல் வீசக்
  கனன்றிருக்கும் வெளியனைத்தும் குளிர்ந்தி ருக்கும்
நாவிருக்கும் செந்தமிழோ டிசை இருக்கும்
  நவின்றிருக்கும் தொடர்மொழியிற் பொருள்செ றிந்த
பாவிருக்கும்; நெஞ்சிலெல்லாம் அன்பி ருக்கும்
  பல்லோர்வாழ் எம்புதுவை நல்ல ஊரில்!

அலையிருக்கும் கடற்கரையில் அழகி ருக்கும்
  அடல்இருக்கும் தோள்மறவர் படைஇ ருக்கும்
இலை, இருக்கும் எனஎண்ணா திருக்கும் வண்ணம்
  எவரிடத்தும் இருக்கும் அருள், ஈகை, வன்மை
தொலைஇருக்கும் அறிவான நிலையிற் சேர்க்கும்
  துறைதோறும் திறமை வாய்ந்தோர் சூழ்ந்த
கலையிருக்கும் நிலையங்கள் பலவி ருக்கும்
  காட்சிதரும் எம்புதுவை மாட்சி ஊரில்!

27. IN OUR TOWN

Our lovely town, Pudhucheri abounds
With honeyed flowers, fragrance
Sylvan woods with singing bees
Cool breeze and sweet music
Lingering in the mouth
Pregnant with poetic import
And people, full of love at heart!

Our lovely town, Pudhucheri abounds
With lovely wavy shore with billowing waves
And dauntless men with broad shoulders
Charity, love and strength of mind
Centres of learning in many spheres
With men of merit
Indeed a spectacle splendid

௨௮. எந்நாள்?

அந்த வாழ்வுதான் எந்தநாள் வரும்?
அந்த வாழ்வுதான் எந்தநாள் வரும்?

இந்த மாநிலம் முழுதாண் டிருந்தார்
இணையின்றி வாழ்ந்தார் தமிழ்நாட்டு வேந்தர்

அந்த வாழ்வுதான் எந்தநாள் வரும்?

ஒலிஎன்ப தெல்லாம் செந்தமிழ் முழக்கம்;
ஒளி என்பதெல்லாம் தமிழ்க் கலைகளாம்!
புலி, வில், கயல் கொடி மூன்றினால்
புது வானமெங்கும் எழில் மேவிடும்

அந்த வாழ்வுதான் எந்தநாள் வரும்?

குறைவற்ற செல்வம், வாழ்வில் இன்பவாழ்வு
கொண்ட தமிழனுள்ளம் கண்ட தமிழிசை
பிறமாந்த ர்க்கும் உயி ரானதே
பெறலான பேறு சிறி தல்லவே!

அந்த வாழ்வுதான் எந்தநாள் வரும்?

28. WILL THE DAY COME?

When will that glorious age return ?
When will that glorious age return ?
Unparalleled monarchs of the Tamil land
Ruled the vast world
When will that glorious age return?

Tamil dwells in all sounds
Tamil arts dwell in lights
Flags of tiger, bow and fish
Illumined the earth abright
When will that glorious age return ?

Abundant wealth, joyous life
Sweet Tamil music loved by all
A most covetable boon to all
When will that glorious age return ?

௨௯. தமிழ்ப் பள்ளு

ஆடுவமே பள்ளுப் பாடுவமே! - தமிழ்
ஆட்சியின் மாட்சியில் கூடுவமே - ஆடுவமே!
கோடுயர் வேங்கடக் குன்றமுதல் - நல்ல
குமரிமட்டும் தமிழர் கோலங் கண்டே!
நாம் - ஆடுவமே...

மானிடம் என்னுமோர் ஆதிப்பயிர் - தமிழ்
மக்களென் றேகுதித் தாடுவமே!
கானிடை வாழ்ந்திட்ட மனிதர்க்கெலாம் - நல்ல
கதியினைக் காட்டினர் தமிழரென்றே!
நாம் - ஆடுவமே...

மூலமென்றே சொல்லல் முத்தமிழாம் - புவி
மூர்க்கம் தவிர்த்ததும் அப்புத்தமுதாம்!
ஞாலமெலாம் தமிழ், தமிழர்களே - புவி
நாம் எனவே குதித் தாடுவமே!
நாம் - ஆடுவமே...

வானிடை மிதந்திடும் தென்றலிலே - மணி
மாடங்கள் கூடங்கள் மீதினிலே,
தேனிடை ஊறிய செம்பவழ - இதழ்ச்
சேயிழை யாரொடும் ஆடுவமே!
நாம் - ஆடுவமே...

கவிதைகள், காவியம், உயர்கலைகள் - உளம்
கவர்ந்திடும் சிற்பமும் சிறந்தனவாம்
குவிகின்ற பொன்பொருள் செந்நெலெலாம் - இங்குக்
குறையில வாம்என் றாடுவமே!
நாம் - ஆடுவமே...

29. TAMIL SONG

Let us sing and dance
Under majestic Tamil rule
From the lofty Venkada Hills
To lovely Kanyakumari
Hailing this, let us sing and dance

Tamils are the first race of the world
Hailing this, sing and dance
Tamils show a path of virtuous life
To all men who lived in the woods
Hailing this, let us sing and dance

Triple Tamil of prose, poetry and plays
Was the first of all and the nectar fresh
End violence all around the world
Hailing thus, let us sing and dance

With cool breeze drifting from the sky
And graceful maidens of honeyed–lips coral red
In majestic halls and mansions
Hailing this, let us sing and dance

Inspiring songs, epics, arts and culturals
Are abound in our great country
Limitless wealth and bountious crops
Are abound in our great country
Hailing this, let us sing and dance

30. நாடாண்டாயே !

நாடாண் டாயேத மிழேநீ
ஞாலம் ஆண்டாய் வாழ்வும் ஈந்தாய்!
ஏடுயாவும் நீயே, மக்கள் எண்ண
எவைகளும் நீயே பகை தீர்ந்தே!
நாடு மீளவே கேடு தீரவே
நாமினி இலங்கி நனி வாழவே!

இனிதாகிய தமிழே எனதுயிரே
இளைஞர்க்கிடை மூளுகின்ற உணர்வே!
கனியினும் மிகுசுவையே உனைநான்
காணாப்போது கவலை மிகுந்திடுதே
கனல்நிகர் ஆரியர் நலிவேசெயினும்
கலையாவும் வெந்துபோகச் செயினும்
புனலிடைத் தமிழ்நூற்களெலாம் போயினும்
புதுமை இளமை எனும்படி நாடாண்டாயே !

30. YOU RULED THE WORLD

You Tamils ruled the world
And bestowed a prosperous life
You are the fountain of wisdom
To resolve enmity, redeem the land
Heal all wounds and lead a prosperous life

You ruled the world with sublimity and strength
Tho' floods had swept away all Tamil books
Oh, my sweet Tamil! my darling soul !
You are my throbbing vein in youth
More sumptuous than sweet juicy fruit
It strikes me sad when I miss you

31. அது முடியாது !

கோட்டை நாற்காலி இன்றுண்டு - நாளை
 கொண்டுபோய் விடுவான் திராவிடக்காளை
கேட்டை விளைத்துத் திராவிடர் கொள்கையைக்
 கிள்ள நினைப்பது மடமையாம் செய்கை.

காட்டை அழிப்பது கூடும் - அலை
 கடலையும் தூர்ப்பது கூடும்
மேட்டை அகழ்வதும் கூடும் - விரி
 விண்ணை அளப்பதும் கூடும்
ஏட்டையும் நூலையும் தடுப்பது கூடும் - உரிமை
 எண்ணத்தை மாற்றுதல் எப்படிக் கூடும்?

அடக்குமுறை செய்திடல் முடியும் - கொள்கை
 அழிக்குமுறை எவ்வாறு முடியும்?
ஒடுக்குசிறை காட்டுதல் முடியும் - உணர்
 வொடுக்குதல் எவ்வாறு முடியும்?
திடுக்கிடச் செய்திடும் உன்னை - இத்
 திராவிடர் எழுச்சியை மாற்றவா முடியும்?

31. IT IS IMPOSSIBLE

You are in power today
But tomorrow the Dravidian youth
Will snatch it away
It's foolish to think of suppressing
Dravidian resurgence

You can destroy forests
Overturn mountains
Drain the deep seas
And span the heavens
You may ban books and journals
But how can you suppress
The quest for freedom?

You can oppress people
With iron hand but not wipe them out
You may throw them in prisons
But not destroy their spirit of freedom
You can't contain Dravidian resurgence

௩௨. தமிழ்த் தொண்டு

தமிழ் என்னும் மணிவிளக் கேற்றடா நாட்டில்!
தமிழரின் நெஞ்சமாம் அழகான வீட்டில்!
அமுதென்று கொள்ளடா செந்தமிழ்ப் பணியை
அறமென்று கொள்ளடா செந்தமிழ்ப் பணியை
தமிழென்ற உணவினைக் குவியடா யார்க்கும்
தமிழருக்கு இங்குள குறையெலாம் தீர்க்கும்
சமமாக ஆற்றடா தமிழூழியத்தைச்
சகலர்க்கும் ஆற்றடா அமிழ்தூழியத்தை

தமிழென்ற வன்மையைக் கூட்டடா தோளில்
தமிழர்க்கு நலமெலாம் வரும் ஒரே நாளில்
அமைவினால் புரியடா செந்தமிழ்த் தொண்டு
அன்பினால் புரியடா செந்தமிழ்த் தொண்டு
தமிழ்என்னும் உணர்வினைச் சேரடா எங்கும்
தமிழரின் ஆட்சியே உலகெலாம் தங்கும்
இமையேனும் ஓயாது தமிழ்க் குழைப்பாய்
இன்பமே அதுவென்று தமிழ்க் குழைப்பாய்!

32. SERVICE TO TAMIL

To serve the Tamil cause
To light the lamp of Tamil
In the hearts of Tamils
All over the Tamil land
It's your moral duty
Glorify sweet Tamil before everyone
To satisfy our deep-felt needs
Let your deed be just and fair
To bring good to all

Strengthen yourself with the power of Tamil
Serve the cause of Tamil with a clear head.
Spread the Tamil spirit
And Tamil will rule the world
Serve Tamil ceaselessly
For soul's delight

૩૩. தாயகமே வாழி!

தாயகமே வாழி!
தமிழ்-கேரளந் தெலுகு துளு கன்னடமுறு
தாயகமே வாழி!

அலைமிகு காவிரி வெள்ளம் போலே
அறிவொளி சேர்க்கும் கல்வியி னாலே
நிலையினி லோங்கி வன்பகை வாட்டி
நீனிலம் வாயார வாழ்த்தவே வாழி!
தாயகமே வாழி!

வாலமேலேற தாய் மணிக்கொடி!
வளர்க வீடெல்லாம் செங்குட்டுவன்கள்!
வளமே ஓங்குக! நல்லற மாதர்
மகிழவே பொங்குக உலகினில் எங்கள்
தாயகமே வாழி!

33. HAIL MOTHERLAND

Long live motherland of
Tamil, Malayalam Telugu
Tulu and Kannada
Long live motherland

Rise up and defeat the foes
Like the waves of Cauvery floods
Receive the praise of wide earth
With the light of knowledge
Long live motherland

Let our flag fly in the sky!
Let us raise heroes in every house!
Let prosperity and joy
Of worthy women flourish
Long live motherland!

34. தமிழன்

நல்லுயிர், உடம்பு, செந்தமிழ் மூன்றும்
நான் நான் நான்!
கல்வியில் என்னை வெல்ல நினைப்பதும்
ஏன் ஏன் ஏன்?
பல்லுயிர் காக்கும் எண்ணம் எனக்குண்டு
பார் பார் பார்!
செல்வத்திலே என்னை வெல்ல நினைப்பவன்
யார் யார் யார்?

சொல்லுடல் உள்ளம் ஞாலந் தாங்கும்
தூண் தூண் தூண்!
புல்லர்கள் என்னை வெல்ல நினைப்பது
வீண் வீண் வீண்!
தொல்லுல குக்குள்ள அல்லல்அ றுப்பதென்
தோள் தோள் தோள்!
வல்லவன் என்னை வெல்ல நினைப்பவன்
தூள் தூள் தூள்!

34. TAMILIAN

This body, its life and Tamil
All these three are me!
Why attempt to conquer me
In the field of education
I have determination
To protect all living things
Who is here
Richer than me?

I am a pillar of this world
With this body and mind
All efforts to pull me down
Will be in vain.
I shoulder the burden
Of the world's sufferings
I'll crush my foes
With all my might

௩௫. புகழைத் தேடி

சோறு வேண்டும் துணிவேண்டும் - நல்ல
கூறை வேண்டும்வே றென்ன வேண்டும்?
ஆறுசெல்ல ஊர்தி வேண்டு மெனில்
அதுபெற்ற பின்பும் ஆசையா தூண்டும்?

ஈறு வேண்டும்உன் ஆசைக்கு! மேன்மேல்
ஏற்றம் வேண்டினால் புகழ்தேட வேண்டும்
நாறுவேண்டும் மலருக்கு! நீ தமிழ்
நாட்டுக்கு நாளும் உழைத்திட வேண்டும் !

புகழாசை கொள்ளுக; பொருளாசை தள்ளுக!
புகழொன்றே நிலைஎன்ற தேவர்சொல் எண்ணுக!
இகழ்வரும் மிகுபொருள் தேடுங்கால்! தமிழ்மீட்பில்
என்ன நேர்ந்தாலும் அவைஎலாம் இன்பமே!

அழகிய இயங்கியில் நீ செல்லுகின்றாய்;
அடிமை என்றுனைப் பிறன் சொல்லுகின்றான்!
பழுது போக்கித் தமிழகம் மீட்பையேல்
பார்ப்பான் நல்லதோர் தமிழனைப் பார்ப்பான்!

தமிழன் உயர்ந்தவன் என்றுசொல் கின்றாய்
தமிழன் வீரன் என்றுசொல் கின்றாய்
தமிழன் அடிமை எனும்பழி போக்குங்கால்
தமிழா உன்புகழ் நிலையாக்கு கின்றாய்!

35. SEEK FAME

Food you need, clothes you need,
And a good shelter too! What else ?
A vehicle for the road
Still more desires crop up

There is a limit for your desires
Seek fame to progress well
Flowers need a weaving thread
Work for the betterment of the Tamil land

Seek fame and shun greed.
Remember the saying: "Everlasting is fame"
Greed will put you to shame
Glorifying Tamil is joyous

An admirable vehicle you use.
Yet aliens brand you as slave
Contribute for the progress of the land
The world will hail you as a good Tamilian

Great are the Tamils, you say
Valiant are the Tamils, you say
O Tamils, stable will be your fame!
If you come out of slavery

36. தமிழுலகத் தலைமை

பொய்யும் புரட்டும் போகப்
போக்கிலிகள் சாக
மெய்எனும்தீ ஏந்துகநீ தம்பி - நல்ல
மேன்மையெல்லாம் சாரும் தங்கக் கம்பி!

இருளும் மறுளும் சாக
இழிவனைத்தும் வேக.
கருத்தில் புரட்சி ஏந்துக நீ தம்பி - நல்ல
காலம் உன்றன் பின்னால்வரும் நம்பி!

அயர்வும் துயரும் நோக
ஆண்மை மேன்மையாக
உயர்ந்தோர் உறவைத் தேடிக்கொள்நீ தம்பி - நல்ல
உலகப் பொதுமை உடன்வரவே நம்பி!

தமிழரை வைத்துத் தின்பார்
தாயின் உயிரை உண்பார்!
தமிழனாக வாழ்ந்தால் போதும் தம்பி - நல்ல
தலைமை கொள்ளும் தமிழுலகம் நம்பி!

36. TAMIL LEADERSHIP

Come, my boy
Carry the flame of truth
Burn down falsehood and lies
And finish off the scoundrels

Come, my boy
Be firm in your thought
Drive away darkness and confusion
Burn down all that is low and mean

Come, my boy
Befriend the worthy
Discord sloth and sorrow
Uphold manliness to bring socialism

They exploit Tamil
And suck mother's blood
But you lead the Tamil world
All will follow you

37. வாளினை எடடா!

வலியோர்சிலர் எளியோர் தமை
வதையே புரிகுவதா?
மகராசர்கள் உலகாளுதல்
நிலையாம் எனும் நினைவா?
உலகாளஉ னதுதாய்மிக
உயிர்வாதை யடைகிறாள்
உதவாதினி ஒரு தாமதம்
உடனேவிழி தமிழா!

கலையேவளர்! தொழில் மேவிடு!
கவிதைபுனை தமிழா!
கடலேநிகர் படைசேர்;கடு
விடநேர்கரு விகள் சேர்!
நிலமேஉழு! நவதானிய
நிறையூதியம் அடைவாய்
நிதி நூல்விளை! உயிர் நூல்உரை
நிச நூல்மிக வரைவாய்!

அலைமா கடல் நிலம்வானிலுன்
அணிமாளிகை ரதமே
அவைஏறிடும் விதமேயுன
ததிகாரம் நிறுவுவாய்!
கொலைவாளினை எடடாமிகு
கொடியோர்செயல் அறவே
குகைவாழ் ஒரு புலியே! உயர்
குணமேவிய தமிழா!

37. DRAW YOUR SWORD

How could the mighty
Suppress the meek and the poor?
Do they think they will rule
This world for ever?
Your mother is keen to rule this earth
O Tamils! No more delay
Awake at once

O Tamils! Tend the arts
Take over the industries
Compose verses aplenty
Be quick to rise in number
Gather sea of men with arms
Pile up poison-like military wares
Till the land and reap full harvest
Write books on finance and science
Bringforth many worthy books

Declare your power in this world
By moving your sovereign chariot
All over the land, sea and sky
Draw your sword
O, the righteous Tamilian!
O, the tiger in the den!
Put at nought all evils

தலையாகிய அறமேபுரி
சரிநீதி யுதவுவாய்!
சமமேபொருள் ஜனநாயகம்
எனவேமுர சறைவாய்!
இலையே உண விலையே கதி
இலையே எனும் எளிமை
இனிமேலிலை எனவேமுர
சறைவாய் முரசறைவாய்!

38. திராவிடர் பாடல்

தென்றல் குளிரும்
செழுங்கா மலர்மணமும்
நின்று தலைதாழ்த்தும்
வாழையும் நீள்கரும்பும்
என்றும் எவர்க்குமே
போதும் எனும் செந்நெல்
நன்று விளையும்
வளமார்ந்த நன்செய்யும்

அன்றன் றணுகப்
புதிய புதியசுவை
குன்றாத செந்தமிழும்,
குன்றும், மணியாறும்
தொன்றுதொட்ட சீரும்
உடைய திராவிடத்தை
இன்று விடுதலைச்சீர்
எய்துவித்தால் உங்கடனே!

Perform righteous deeds
Render justice, beat the drums
And declare wealth and democracy for all
O drum, beat to proclaim!
No more cry, 'No food for us
And we are helpless'

38. DRAVIDIANS' SONG

The cool Southern breeze
The fragrance of the flowers
The tall plantain with bowing head
The fertile sugar-cane paddy fields
Giving contentment to all

Duty is yours to give the gift of freedom
To the ever flowing fountain of chaste Tamil
Of fresh sweetness and novel delights
To all those seeking it anew
The hill and the river of pearls
And eternal glory of Dravidian land

૩૭. பெற்றோர் ஆசை

துன்பம் நேர்கையில் யாழ் எடுத்து நீ
இன்பம் சேர்க்கமாட் டாயா? - எமக்
கின்பம் சேர்க்கமாட் டாயா? - நல்
அன்பிலா நெஞ்சில் தமிழில் பாடிநீ
அல்லல் நீக்கமாட் டாயா? - கண்ணே
அல்லல் நீக்கமாட் டாயா?

வன்பும் எளிமையும் சூழும் நாட்டிலே
வாழ்வில் உணர்வு சேர்க்க - எம்
வாழ்வில் உணர்வு சேர்க்க - நீ
அன்றை நற்றமிழ்க் கூத்தின் முறையினால்
ஆடிக் காட்டமாட் டாயா? - கண்ணே
ஆடிக் காட்டமாட் டாயா?

அறமி தென்றும்யாம் மறமி தென்றுமே
அறிகி லாத போது - யாம்
அறிகி லாத போது - தமிழ்
இறைவனாரின் திருக் குறளிலே ஒருசொல்
இயம்பிக் காட்டமாட் டாயா? - நீ
இயம்பிக் காட்டமாட் டாயா?

புறம் இதென்றும் நல்லகம் இதென்றுமே
புலவர் கண்ட நூலின் - தமிழ்ப்
புலவர் கண்ட நூலின் - நல்
திறமை காட்டி உனை ஈன்ற எம்உயிர்ச்
செல்வம் ஆகமாட் டாயா? - தமிழ்ச்
செல்வம் ஆகமாட் டாயா?

39. PARENTS' ASPIRATIONS

O, my darling! Won't you do it?
Won't you not play the lute to delight us?
Won't you sing a tune in Tamil
And undo our mental sickness?

Won't you dance the dance of ancient Tamil
And enrich our life in this land
Where malice and meanness rule the day ?
O! my darling! Won't you do it?

Won't you quote a verse from kural
Of the poet supreme in Tamil
To distinguish the virtue and vice
That elude our mind?

Won't you take us to the orchard of Tamil poets
That classified life into love and valour
Won't you gladden our hearts
And endear yourself to us and Tamil?

III. பெண்கள்

40. கைம்மைப் பழி

கோரிக்கை அற்றுக் கிடக்குதண்ணே இங்கு
வேரிற் பழுத்த பலா - மிகக்
கொடியதென் றெண்ணிடப் பட்டதண்ணே குளிர்
வடிக்கின்ற வட்ட நிலா!

சீரற் றிருக்குதையோ குளிர் தென்றல்
சிறந்திடும் பூஞ் சோலை - சீ
சீஎன் றிகழ்ந்திடப் பட்டதண்ணே நறுஞ்
சீதளப் பூ மாலை.

நாடப்படாதென்று நீக்கிவைத் தார்கள்
நலஞ்செய் நறுங் கனியைக் - கெட்ட
நஞ்சென்று சொல்லிவைத் தார்எழில் வீணை
நரம்புதரும் தொனியை!

சூடப் படாதென்று சொல்லிவைத்தார் தலை
சூடத்தகும் க்ரீடத்தை - நாம்
தொடவும் தகாதென்று சொன்னார் நறுந்தேன்
துவைந்திடும் பொற் குடத்தை!

இன்ப வருக்கமெல் லாம்நிறை வாகி
இருக்கின்ற பெண்கள் நிலை - இங்
கிவ்விதமாய் இருக்குதண்ணே! இதில்
யாருக்கும் வெட்கமில்லை!

III. WOMEN

40. WIDOWHOOD

Here lies the jack fruit
Ripe at the root uncared
Even the fair cool moon
Is not very fair

Alas! Even the flower garden
Known for its cool breeze
Lies unattended and deserted
Even the fragrant flowers lie unseen

They avoided even the tasty fruit
That gives health as unworthy
For them even the melodious music
From veena is vile venom

For them even the crown
That dons the head as unworthy
They prohibit even the golden pot
Of sweet honey that gives health

This is the status of our women here
They are seen only as a source of
Joy and loveliness
None is ashamed of this

41. கைம்மை நீக்கம்

நீஎனக்கும், உனக்கு நானும் - இனி
நேருக்குநேர் தித்திக்கும் பாலும், தேனும்
தூய வாழ்வில் இதுமுதல் நமதுளம்
நேய மாக அமைவுற உறுதி சொல்- அடி!

கைம்பெண் என்றெண்ணங் கொண்டே
கலங்கினா யோகற் கண்டே?
காடு வேகுவதை ஒரு மொழியினில்
மூடுபோட முடியுமோ உரையடி?

பைந்தமி ழைச்சீ ராக்கக்
கைம்மைஎன் னும்சொல் நீக்கப்
பறந்து வாடி அழகிய மயிலே!
இறந்த கால நடைமுறை தொலையவே !

பகுத்தறி வான மன்று
பாவை நீஏறி நின்று
பாரடீ உன் எதிரினிற் பழஞ்செயல்
கோரமாக அழிந் தொழிகுவதையே

கருத்தொரு மித்த போது
கட்டுக்கள் என்ப தேது?
கைம்மை கூறும் அதிசய மனிதர்கள்
செம்மை யாகும் படிசெய மனதுவை! அடி!

41. NO MORE WIDOWHOOD

You for me and me for you
Like honey and milk
Dear girl! In life from now on
Will our hearts be in harmony!

O, dear darling!
Are you disturbed
To think of your widowhood?
Can any tongue suppress a forest fire?

Come lovely peacock!
To remove the word widow
From glorious Tamil
And banish useless customs

My dear girl
Stand atop a rational hill
To see the fierce end of
Deadly customs

No more barriers
If there is unanimity
Be firm and transform
These peculiar men
Who speak for widowhood

42. சூடாத மலரானேன்

சூடாத மல ரானேன்
   தோயாத புனலா னேன்நான்
ஆடாத அரங் கானேன்
   அன்பில்லை என்ப தனால்

தமிழற்ற நா டானேன்
   தலையற்ற உடலானேன்
கமழ்வற்ற பொழிலானேன்
   காதலனில் லாததினால்

மிழற்றாத யாழானேன்
   வேண்டாத குழலானேன்
அழைக்காத விருந்தானேன்
   அழகனில்லை ஆதலினால்!

42. FORSAKEN WOMAN

I have become an unworn flower
A stagnant waterpool
I have become an empty dais.
All because my lover has left me

Without him I am like
Tamil Nadu without Tamil
A headless trunk
A flower without fragrance

I'm like an unstrung lyre
An unwanted flute and
An unwelcome guest
All because my lover has left me

43. பெண் நிலை

காதலர்க்கு நான் வேம்பானேன்
காண அஞ்சுமோர் பாம்பானேன்-நான்
தீது சிறிதும் செய்தறியேன் - இன்று
தீராப்பழியை நான்சுமந்தேன்!

அன்பு வாழ்வை மறந்தாரே-
அறத்தின் மேன்மை இகழ்ந்தாரே-இந்தத்
துன்ப வாழ்க்கை எனக்கேனோ?-என்
துணைவரை இனி அடைவேனோ?

ஒட்டிக் கிடந்த இரண்டுள்ளத்தை
வெட்டிப் பிரிக்கவும் செய்தாரே - நல்ல
கட்டிக் கரும்பைக் கசந்தாரே-என்னைக்
கைவிட்டுப் போகவும் இசைந்தாரே!

43. PLIGHT OF A WOMAN

I have become bitter
To my lover
I am shunned
Like a dreaded snake
I did no harm
Still the blame is on me

He forgot our love-filled life
He scorned greatness of virtue
Why should I live this woeful life?
Will I ever win him back?

He snatched away his heart
Away cruelly from me
He called sugarcane bitter
Only to part from me

44. துன்புறும் மலர்

பெற்ற மகனுக்குப் பெண்டாட்டி நான்-என்றும்
 அத்தை கருதவே இல்லை-அன்றோ
ஆதலினால் இந்தத் தொல்லை
 குற்றம் ஒன்றுமே செய்யாத போதும்
கூந்தலைப் பற்றி இழுத்தார்-அத்தை
 குப்புறத் தள்ளி மிதித்தார்!

அத்தையின் தொல்லை நான் பொறுத்தாலும்
 அவரும் பொறுக்கவா முடியும்-அதை
எண்ணினால் என்நெஞ்சம் ஒடியும்
 முத்தம் கொடுக்க அத்தான் எனைத் தாவும்
முகத்திற் புண்கண்டு துடிக்கும்-அத்தை
 அடித்தார் என்றால் என்ன நடக்கும்!

44. SUFFERING WOMAN

Am I not the wife of her darling son?
My mother-in-law
Won't acknowledge this
Hence this bullying
No wrong I did
Yet she pulled me by the hair
Threw me down and kicked me hard

I meekly endure this mindless torture
But how will he tolerate?
I shudder to think of it
Soon he will come back home
And plant a kiss on my lips
He is sure to see the cut on my face
What will happen if I tell him
"Your mother caused this cut"?

45. நல்ல மனைவி

என் வாழ்க்கைப் பயிர்செழிக்க வந்த
வான் மழை அவளே - இன்பத்
தேன்மழை அவளே

கீழ்க்கடல்மேல் கதிர்வருமுன்
விழிமலர்ந் திடுவாள் - எனைத்
தொழுதெழுந் திடுவாள்

இல்வாழ்க்கைக் கேற்றகுணம்
செயல்கள் உடையவள்
வெல்வரு வாய்க்குத்தக்க
செலவு செய்பவள்

நல்லார் வணங்கும் கற்பைஉயி
ரென்று நினைப்பாள்
எல்லாம்பெற் றேனிவளை
நான்மணந்ததனால்

தன்னையும் தான்மணந்த
துணைவன் தன்னையும்
தன்னினத்துத் தமிழ்ப் பெருங்குடி
தனிப் பெருமையையும்
எந்நாளும் காப்பதிலே
இம்மியும் தவறாள்
பொன்னேட்டிற் புகழ்எழுதும்
நன்னயமுடையாள்!

45. A GOOD WIFE

She came as a shower from the sky
She is the joyous rain of honey comb
And indeed the sap of my life!

She opens her soft eyes
And pays obeisance to me
Before the sunrays rise
In the eastern sea

Her words and deeds are
Characteristic of bliss domestic
She dispenses the means of
Income with thrift indeed!

Cherishing virtue as dear most in life
Marrying her bestowed on me
All blessings indeed!

She never fails even by a fraction
To guard her husband and herself
And her noble lineage of
Great Tamil race
Etched in letters of gold
The fame of her benign nature
Engraved in letters of gold

46. அவளையா மணப்பேன்?

மேனி யெல்லாம் வெளியில் தெரிய
 வெங்காயத்தோல் சேலைகட்டி
மானமெல்லாம் விற்பவளா பெண்டாட்டி? - அவள்
 மாந்தோப்பில் எனை அழைத்தாள் கண்காட்டி!

தேனிருந்தால் அவள் பேச்சில்
 சிரிப்பிருந்தால் அவள் உதட்டில்
நான் மயங்கி விடலாமா சொல்லையா? - அவள்
 நடத்தை கெட்டுப் போவாளா இல்லையா?

கமழ்விருந்தால் கூந்தலிலே
 கலையிருந்தால் நடையினிலே
அமைவிருக்க வேண்டாமா தென்பாங்கே - கேள்
 ஆர்பொறுப்பார் அவள்கொடுக்கும் இத்தீங்கே?

அமிழ்திருந்தால் கண்களிலே
 அழகிருந்தால் முகத்தினிலே
தமிழர்க்குள்ளே மானஉணர்ச்சி வேண்டாமா? - நாம்
 தலைகுனிந்து வாழும்நிலை பூண்டோமா?

46. WILL I MARRY HER?

A see-through sari
She wears to show off
Her beauty shamelessly
To think of her as a wife!... Huh!
She winked and beckoned me
At the mango grove

Sweet- tongued she is
Smile dances on her lips.
Yet should I be bewitched by her?
Tell me, Oh!
Is she a good woman ?

Fragrant is her hair
Her gait is feast for eyes
But should she not be virtuous?
Who can tolerate the mental agony
She keeps in store for me?

Graceful are her eyes
Beautiful is her face
Yet shouldn't the Tamils
Have a sense of shame?
Are we driven to make a living
Bowing our heads?

47. பெண்ணுக்கு நீதி

கல்யாணம் ஆகாத பெண்ணே! - உன்
கதிதன்னை நீநிச்சயம் செய்ககண்ணே!
வல்லமை பேசியுன் வீட்டில் - பெண்
வாங்கவே வந்திடுவார்கள் சிலபேர்கள்
நல்ல விலைபேசுவார் - உன்னை
நாளும் நலிந்துசுமந்து பெற்றோர்கள்,
கல்லென உன்னைமதிப்பார் - கண்ணில்
கல்யாண மாப்பிள்ளை தன்னையுங்காட்டார்
வல்லி உனக்கொரு நீதி - ''இந்த
வஞ்சகத்தரகற்கு நீஅஞ்ச வேண்டாம்''

தனித்துக் கிடந்திடும் லாயம் - அதில்
தள்ளி யடைக்கப் படுங்குதி ரைக்கும்
கனைத்திட உத்தர வுண்டு - வீட்டில்
காரிகை நாணவும் அஞ்சவும் வேண்டும்
கனத்த உன்பெற்றோ ரைக்கேளே! - அவர்
கல்லொத்த நெஞ்சையுன் கண்ணீரி னாலே
நனைத்திடு வாய்அதன் மேலும் - அவர்
ஞாயம்தரா விடில்விடு தலைமேற்கொள்!

மாலைக் கடற்கரை யோரம் - நல்ல
வண்புனல் பாய்ந்திடும் மாநதிதீரம்
காலைக் கதிர்சிந்து சிற்றூர் - கண்
காட்சிகள் கூட்டங்கள் பந்தாடும் சாலை
வேலை ஒழிந்துள்ள நேரம் - நீ
விளையாடு வாய்தாவி விளையாடுமான்போல்!
கோலத்தினைக் கொய்வ துண்டோ? - ''பெண்கள்
கொய்யாப் பழக்கூட்டம்'' என்றேஉரைப்பாய்

47. JUSTICE FOR WOMEN

O, spinster! You be the judge
Of your own future!
Some people will enter your house
Pride-ridden to get a bride
They will speak in terms of wealth
The parents who gave you birth
And brought you up amid worries
Will consider you a piece of stone
They will not even show you the groom
Girls are always discriminated
Fear not these wicked brokers

Even the horse in the stable
Has the right to neigh
But the girl should be shy with fear
Even inside the home.
Question your shouting parents
Bathe their stony hearts
With your tears
If they are not fair.
Come on! Walk into freedom!

You play around in joy
Like the free deer!
Enjoy life in leisure
On the evening beaches
And river banks, village fairs
Meetings and play grounds!
Who dare destroy radiance?
Argue "Women are not for slavery!"

48. பெண்களைப் பற்றி பெர்னாட்ஷா

புவிப்பெரியான் ஜார்ஜ் பெர்னார்ட் ஷாஉரைத்த
பொன்மொழியைக் கேளுங்கள் நாட்டில் உள்ளீர்!
"உவந்தொருவன் வாழ்க்கைசரி யாய் நடத்த
உதவுபவள் பெரும்பாலும் மனைவி ஆவாள்!
அவளாலே மணவாளன் ஒழுங்கு பெற்றான்!
அவளாலே மணவாளன் சுத்தி பெற்றான்!"
குவியுமெழிற் பெண்களுக்கே ஊறு செய்யும்
குள்ளர்களே, கேட்டீரோ ஷாவின் பேச்சை!

அவனியிலே ஒருவனுக்கு மனைவியின்றேல்
அவனடையும் தீமையையார் அறியக் கூடும்?
கவலையுற ஆடவர்கள் நாளும் செய்யும்
கணக்கற்ற ஊழல்களை யெல்லாம் அந்த
நவையற்ற பெண்களன்றோ விலக்குகின்றார்?
நானிலத்தில் மார்தட்டும் ஆட வர்கள்
சுவைவாழ்விற் கடைத்தேறத் தக்க தான
சூக்ஷீமமும் பெண்களிடம் அமைந்த தன்றோ!

கல்வியில்லை உரிமையில்லை பெண்க ளுக்குக்
கடைத்தேற வழியின்றி விழிக்கின் றார்கள்!
புல்லென்றே நினைக்கின்றீர் மனைவி மாரைப்
புருஷர்களின் உபயோகம் பெரிதென் கின்றீர்!
வல்லவன்பே ரறிஞன்ஷா வார்த்தை கேட்டீர்?
மனோபாவம் இனியேனும் திருந்த வேண்டும்.
இல்லையெனில் எதுசெயலாம்! பெண்ஆண் என்ற
இரண்டுருளை யால்நடக்கும் இன்ப வாழ்க்கை!

48. BERNARD SHAW ON WOMEN

The world's greatest man, Bernard Shaw
Has spoken golden words. Listen!
"It is the wife who always
Helps a man lead a good life
Because of her, the husband walks straight
Because of her, he is faultless!"
O, crooked men who harm the lovely women
Did you hear Shaw's meaningful words?

Countless ills for a man in this world
When he lives without a wife
Men pile up countless corrupt deeds
Only generous hearted women
Save them from all this!
Besides, women alone know the secret
That leads to a life of fulfilment

No literacy, no rights, women suffer
With no way for emancipation
You consider wives as doormats
Meant for brute men's use!
Having now heard words of Shaw
You must change your attitude
A happy life runs on two
Wheels, Man and woman!

49. இறந்தவன் மேல் பழி

அந்திய காலம் வந்ததடியே! - பைந்தொடியே!
இளம்பிறையே! பூங்கொடியே!

சிந்தை ஒன்றாகி நாம் இன்பத்தின் எல்லை
தேடிச் சுகிக்கையில் எனக்கிந்தத் தொல்லை
வந்ததே இனி நான் வாழ்வதற்கில்லை
மனத்தில் எனக்கிருப்ப தொன்றே - அதை -இன்றே -
குணக்குன்றே! - கேள்நன்றே!

கடும்பிணி யாளன்நான் இறந்தபின், மாதே!
கைம்பெண்ணாய் வருந்தாதே, பழிஎன்றன் மீதே.
அடஞ் செய்யும் வைதிகம் பொருள் படுத்தாதே!
ஆசைக் குரியவனை நாடு -மகிழ்வோடு -
தார்சூடு - நலம்தேடு!

49. BLAME ON THE DEAD

Darling girl, alas!
You are lovely as a flower creeper
My end is not far away.

With hearts entwined
We happily explored
The parameters of joy!
Then fell this bombshell
My days are numbered
One desire alone remains
O, paragon of virtues
Hear my only wish.

I will die of terminal sickness
Do not grieve
Put the blame on me
Don't care for the tradition-mongers
Find the man you love
Garland him to secure your future

50. பெண் கல்வி வேண்டும்

பெண்கட்குக் கல்வி வேண்டும்
 குடித்தனம் பேணு தற்கே!
பெண்கட்குக் கல்வி வேண்டும்
 மக்களைப் பேணுதற்கே!
பெண்கட்குக் கல்வி வேண்டும்
 உலகினைப் பேணுதற்கே!
பெண்கட்குக் கல்வி வேண்டும்
 கல்வியைப் பேணுதற்கே!

கல்வியில் லாத பெண்கள்
 களர்நிலம்; அந் நிலத்தில்
புல்விளைந் திடலாம்; நல்ல
 புதல்வர்கள் விளைதல் இல்லை!
கல்வியை உடைய பெண்கள்
 திருந்திய கழனி; அங்கே
நல்லறி வுடைய மக்கள்
 விளைவது நவில வோநான்?

50. WOMEN'S LITERACY

Women need literacy
To run the household
They ought to be educated
To bring up children
Women should acquire knowledge
To guard the world
Women need literacy
To widen their learning

Illiterate women
Are barren land!
Grass may grow
On this surface
But not ideal children
The educated woman
Is a field well prepared
Wise progeny spring up here
I need not repeat this truth

51. பெண்ணின் உரையாடல்

''பெண்ணுக்குப் பேச்சுரிமை வேண்டாம்என் கின்றீரோ?
மண்ணுக்கும் கேடாய் மதித்தீரோ பெண்ணினத்தை?
பெண்ணடிமை தீருமட்டும் பேசுந் திருநாட்டு
மண்ணடிமை தீர்ந்து வருதல் முயற்கொம்பே.
ஊமைஎன்று பெண்ணை உரைக்குமட்டும் உள்ளடங்கும்
ஆமை நிலைமைதான் ஆடவர்க்கும் உண்டு
புலன் அற்றபேதையாய்ப் பெண்ணைச்செய் தால்அந்
நிலம்விளைந்த பைங்கூழ் நிலைமையும் அம்மட்டே.
சித்ரநிகர்ப் பெண்டிர்களைச் சீரழிக்கும் பாரதநற்
புத்ரர்களைப் பற்றியன்றோ பூலோகம் தூற்றுவது?
சற்றுந் தயங்கேன் தனியாய்ச்சஞ் சீவிமலை
உற்றேறி மூலிகையின் உண்மை அறிந்திடுவேன்
மூலிகையைத் தேட முடியாவிட் டால்மலையின்
மேலிருந்து கீழே விழுந்திறக்க நானறிவேன்
ஊரிலுள்ள பெண்களெல்லாம் உள்ளத்தைப் பூர்த்திசெயும்
சீரியர்க்கு மாலையிட்டுச் சீரடைந்து வாழ்கின்றார்
தோகை மயிலே! இதைநீகேள் சொல்லுகின்றேன்
நாகம்போல் சீறுகின்ற நாதரிடம் சொல்லிவிடு
பச்சிலைக்குச் சஞ்சீவி பர்வதம்செல் வேன்'' என்றாள்

51. WOMEN'S DIALOGUE

"You say women should be denied
Freedom of speech
Are women cheaper than dust?
As long as women are not free
This nation will remain enslaved
Tortoise-like men will live
As long as they keep their women dumb
If the women are kept ignorant
The crops too will yield very little
The world will speak ill of men
Who look down upon their lovely women
I won't hesitate to visit
The Sanjeevi hills and get the herbs
In case I fail to get the secret
I know how to jump off the mountain peak
My friends are happily married
To menfolk who satisfy their passion
O! lovely peacock tell this message
To my beloved hissing like a snake
I'm going to the Sanjeevi hill"

IV. சிறுவர்கள்

52. ஆண்குழந்தை தாலாட்டு

ஆராரோ ஆரரிரோ ஆரரிரோ ஆராரோ!
ஆராரோ ஆரரிரோ ஆரரிரோ ஆராரோ!

காராரும் வானத்தில் காணும் முழுநிலவே!
நீராரும் தண்கடலில் கண்டெடுத்த நித்திலமே!

ஆசை தவிர்க்கவந்த ஆணழகே சித்திரமே!
ஓசை யளித்துமலர் உண்ணுகின்ற தேன்வண்டே!

உள்ளம் எதிர்பார்த்த ஓவியமே என்மடியில்
பிள்ளையாய் வந்து பிறந்த பெரும்பேறே!

சின்ன மலர்வாய் சிரித்தபடி பால்குடித்தாய்
கன்னலின் சாறே கனிரசமே கண்ணுறங்கு!

நீதிதெரியும் என்பார் நீள்கரத்தில் வாளேந்திச்
சாதியென்று போராடும் தக்கைகளின் நெஞ்சில்

கனலேற்ற வந்த களிறே, எனது
மனமேறு கின்ற மகிழ்ச்சிப் பெருங்கடலே!

தேக்குமரம் கடைந்து செய்ததொரு தொட்டிலிலே
ஈக்கள் நுழையாமல் இட்ட திரைநடுவில்

பொன்முகத்தி லேயிழைத்த புத்தம் புதுநீலச்
சின்னமணிக் கண்ணை இமைக்கதவால் மூடிவைப்பாய்!

IV. CHILDREN

52. LULLABY TO A BOY BABY!

O, full moon in a cloudy sky
And a precious pearl in deep sea!

O, sweet honey!
You've come to fulfill our desire

O, my baby, the boon of my life !
You now play on my lap!

You smile like flower and suck the milk
O, sugarcane juice and fruits!
Close your eyes in sleep

"Justice", they say
But sway their swords for castes
You fight against such evils

Fight with elephantine courage
You are the ocean of joy and pride

Rest asleep in the cradle!
With a net to repel flies

Close your blue eyes
On your golden face
And rest asleep

அள்ளும் வறுமை அகற்றாமல் அம்புவிக்குக்
கொள்ளைநோய் போல்மதத்தைக் கூட்டியழும்
                              வைதிகத்தைப்
போராடிப் போராடிப் பூக்காமல் காய்க்காமல்
வேரோடு பேர்க்கவந்த வீரா, இளவீரா!

வாடப்பல புரிந்து வாழ்வை விழலாக்கும்
மூடப் பழக்கத்தைத் தீதென்றால் முட்டவரும்

மாடுகளைச் சீர்திருத்தி வண்டியிலே பூட்டவந்த
ஈடற்ற தோளா, இளந்தோளா, கண்ணுறங்கு!

"எல்லாம் அவன்செயலே" என்று பிறர்பொருளை
வெல்லம்போல் அள்ளி விழுங்கும் மனிதருக்கும்

காப்பார் கடவுள்உமைக் கட்டையில்நீர் போகுமட்டும்
வேர்ப்பீர், உழைப்பீர் எனஉரைக்கும் வீணருக்கும்

மானிடரின் தோளின் மகத்துவத்தைக் காட்டவந்த
தேனின் பெருக்கே, என் செந்தமிழே கண்ணுறங்கு!

Conservatism swallows
The disease-stricken society
Instead of liberating us from countless ills

Wage war against fanaticism
Uproot it with no trace to flourish

When we protest against age–old beliefs
The orthodox charge us with bullish rage

Tame these bulls and bring them under yoke
Buxom baby, close your lids and sleep!

"All is God's will" many say
But greedily grab others' wealth like jaggery cake!

"God will surely save you
If you sweat and serve others
Till your last breath"

They preach such vain sermons
O, Classic Tamil! O, Honey!
Come to exhibit your dignity and rest asleep!

53. பெண்குழந்தை தாலாட்டு

ஆராரோ ஆரரிரோ ஆரரிரோ ஆராரோ!
ஆராரோ ஆரரிரோ ஆரரிரோ ஆராரோ!

சோலை மலரே! சுவர்ணத்தின் வார்ப்படமே!
காலைஇளஞ் சூரியனைக் காட்டும் பளிங்குருவே!

வண்மை உயர்வு மனிதர் நலமெல்லாம்
பெண்மையினால் உண்டென்று பேசவந்த பெண்ணழகே!

நாய்என்று பெண்ணை நவில்வார்க்கும் இப்புவிக்குத்
தாய்என்று காட்டத் தமிழர்க்கு வாய்த்தவளே!

வெண்முகத்தில் நீலம் விளையாடிக் கொண்டிருக்கும்
கண்கள் உறங்கு! கனியே உறங்கிடுவாய்!

அன்னத்தின் தூவி அனிச்ச மலரெடுத்துச்
சின்ன உடலாகச் சித்தரித்த மெல்லியலே!

மின்னல் ஒளியே, விலைமதியா ரத்தினமே!
கன்னல் பிழிந்து கலந்த கனிச்சாறே!

மூடத் தனத்தின் முடைநாற்றம் வீசுகின்ற
காடு, மணக்கவரும் கற்பூரப் பெட்டகமே!

வேண்டாத சாதி இருட்டு வெளுப்பதற்குத்
தூண்டா விளக்காய்த் துலங்கும் பெருமாட்டி!

புண்ணிற் சரம்விடுக்கும் பொய்மதத்தின் கூட்டத்தைக்
கண்ணிற் கனல்சிந்திக் கட்டழிக்க வந்தவளே!

53. LULLABY TO A GIRL BABY

O, garden flower with a golden frame
A crystal glowing like morning sun !

O, pretty girl! You are born
To tell the progress of mankind

Through your feminine grace
O, Girl! Tell these blind men

Woman is a mother, not a dog!
O, sweet love!

Sleep! Closing your blue eyes
On your snow-white face

O, Pretty girl you are as soft as
Swan's feather and tender flower

O, Dazzling light and priceless gem
Mixed juice of sugarcane and fruits!

You are paragon of fragrance
To kill the stench of superstition

O, virtuous girl! Shining lamp!
Dispel darkness of hateful casteism

O, girl with fiery eyes
Come to shatter barriers

தெய்விகத்தை நம்பும் திருந்தாத பெண்குலத்தை
உய்விக்க வந்த உவப்பே! பகுத்தறிவே!

எல்லாம் கடவுள்செயல் என்று துடைநடுங்கும்
பொல்லாங்கு தீர்த்துப் புதுமைசெய வந்தவளே!

O, child! Come to save womankind
Soaked in divine follies

O, girl! You have come to liberate
Trembling men from divine follies

54. தவிப்பதற்கோ பிள்ளை?

விளக்குவைத்த நேரத்தில் என்வேலைக் காரி
வெளிப்புறத்தில் திண்ணையிலே என்னிடத்தில் வந்து
களிப்புடனே ''பிரசவந்தான் ஆய்விட்ட'' தென்றாள்!
காதினிலே குழந்தையழும் இன்னொலியும் கேட்டேன்!
உளக்கலசம் வழிந்துவரும் சந்தோஷத் தாலே
உயிரெல்லாம் உடலெல்லாம் நனைந்துவிட்டேன்
நன்றாய்
வளர்த்துவரக் குழந்தைக்கு வயதுமூன் றின்பின்
மனைவிதான் மற்றுமொரு கருப்பமுற லானாள்

பெண்குழந்தை பிறந்ததினி ஆண்குழந்தை ஒன்று
பிறக்குமா என்றிருந்தேன். அவ்வாறே பெற்றாள்!
கண்ணழகும் முகஅழகும் கண்டுபல நாட்கள்
கழிக்கையிலே மற்றொன்றும் பின்னொன்றும் பெற்றாள்!
எண்ணுமொரு நால்வரையும் எண்ணி யுழைத்திட்டேன்
எழில்மனைவி தன்னுடலில் முக்காலும் தேய்ந்தாள்!
உண்ணுவதை நானுண்ண மனம்வருவ தில்லை
உண்ணாமலே மனைவி பிள்ளைகளைக் காத்தாள்

காதலுக்கு வழிவைத்துக் கருப்பாதை சாத்தக்
கதவொன்று கண்டறிவோம். இதிலென்ன குற்றம்?
சாதலுக்கோ பிள்ளை? தவிப்பதற்கோ பிள்ளை?
சந்தான முறைநன்று; தவிர்க்குமுறை தீதோ?
காதலுத்துக் கண்ணலுத்துக் கைகள் அலுத்துக்
கருத்தலுத்துப் போனோமே! கடைத்தேற மக்கள்
ஓதலுக்கெல் லாம்மறுப்பா? என்னருமை நாடே
உணர்வுகொள் உள்ளத்தில் உடலுயிரில் நீயே!

54. ARE KIDS TO STRUGGLE?

While I relax at dusk
Maid came to tell joyfully
"The baby is born!"
I heard the sweet cry of my child
And sweat drenched me
In the bounteous joy of my heart
Three full years rolled on
My wife conceived again

First one was a girl I longed for a boy
My wife fulfilled this desire
My wife with shining eyes and face
Begot another and yet another
I toiled much thinking of future
My fair wife turned pale losing stamina
I too skipped my food!

She nurtured the kids sacrificing food
Keeping alive the scope of love
Let us find out a subtle device
To shut the door of conception
What harm is there in doing so?
Kids are born not to die
Nor to struggle in eternal distress

55. சிறார் பொறுப்பு

இன்று குழந்தைகள் நீங்கள் - எனினும்
இனிஇந்த நாட்டினை ஆளப் பிறந்தீர்!
        - இன்று குழந்தைகள் நீங்கள்!

நன்றாய்ப் படியுங்கள்! நாட்டின் குழந்தைகாள்!
ஒன்றாய் இருங்கள் உயர்வினை எண்ணுங்கள்!
        - இன்று குழந்தைகள் நீங்கள்!

குன்றி னைப்போல் உடல்வன்மை வேண்டும்!
கொடுமை தீர்க்கப்போ ராடுதல் வேண்டும்!
தின்றதையே தின்று தெவிட்டுதல் இல்லாமல்
அன்றன்று வாழ்விற் புதுமை காணவேண்டும்!
        - இன்று குழந்தைகள் நீங்கள்!

பல்கலை ஆய்ந்து தொழில்பல கற்றும்
பாட்டிற் சுவைகாணும் திறமையும் உற்றும்
அல்லும் பகலும் இந்நாட்டுக் குழைப்பீர்கள்!
அறிவுடன் ஆண்மையைக் கூவி அழைப்பீர்கள்!
        - இன்று குழந்தைகள் நீங்கள்!

55. ROLE OF CHILDREN

You are children today
But born to rule the world tomorrow!

Children study well
Think lofty and be united

Be strong like a rock
Endeavour to end injustice
Think anew each day
In untrodden path

Learn arts and skills
Learn to delight in poetry too
Toil day and night for the country
Be bold and be enlightened

56. அன்னையின் அன்பு

தூங்கா விழற்பிள்ளை, தூங்காள்! பிணிவகையால்
தீங்காயின் தீங்குறுவாள் ஊன்எதுவும் - வாங்காள்!
சமைப்பதற் கோதையல்? மக்க ளுலகை
அமைப்பதற்கே! அவ்வன் பரிது.

படிப்பாள்; பயன்நுகர்வாள்; பாங்காகச் சோறு
வடிப்பாள்; வரும்விருந்தை ஓம்பத் - துடிப்பாள்
எதுசெயினும் கைப்பிள்ளை எண்ணம் மறவாள்
அதுவும் உலகில் அரிது.

பால்குடிக்கும் பிள்ளை பதறாமல் ஓர்கையை
மேல்வளைத் தொருக்கணித்து மேனியோ - கால்கையோ
சற்றா யினும்அசையா தவ்விரைவைத் தான்கழிக்கும்
நற்றாய்ச்சீர் ஞாலத் தரிது.

56. MOTHER'S LOVE

If the child doesn't sleep
Her eyes she won't close
If it falls sick, she too feels sick
Is she merely for cooking?
No, to reform the world
Her love is supreme

She reads to reap its benefits
Cook rice with care
Greets the guests
But won't forget the
Infant at her waist
Her love is great

Without disturbing the suckling baby
She spends the night sleeplessly
Without moving her body
Her love is supreme

57. மக்கட் பிறப்பு

பிறவியில் என்னென்ன புதுமை - மக்கட்
பிறவியில் என்னென்ன புதுமை?

நறுமலர் சூடிய மங்கை ஒருத்தியும்
நானிலம் மெச்சிடும் செம்மல் ஒருத்தனும்
சிறிதன்பு செய்குவர் சேயிழை ஈவாள்
சிப்பிமுத் துக்கிணை பச்சைக் குழந்தையை !

பால்குடிக்கும் சிரிக்கும் சிறுகால் கைகள்
பார்த்திட ஆட்டும் தலைநிலை நின்றிட
எலும்பின் னேதவ ழும்பிற குட்கார்ந்து
எழுந்து நடக்கும் குழந்தைப் பருவத்தில் !

அஞ்சொல் பயின்றுநற் பாவை விரும்பிஆண்
டைந்தாகப் பள்ளிக் கலைந்துகலை கற்று
மிஞ்சுபத் தாறினில் மெல்லியைக் கூடிப்பின்
மெய்தளர் வாரிந்த வையக மீதினில்!

பிறவியில் என்னென்ன புதுமை - மக்கட்
பிறவியில் என்னென்ன புதுமை?

57. HUMAN BIRTH

What a miracle is human birth!
Human birth is a miracle indeed!

A lovely lady florally decked
And a sturdy youth famed in the world
Lovingly united begetting a baby
As precious as a pearl in oyster

Suckling milk, smiling sweetly
Stirring tiny hands and legs
Crawling and kneeling,
Sitting and standing

Babbling, lisping, playing and at five
Entering the school for learning arts
Wedding to live with consort
Thus at sixty gets tired of life in the earth!

What a miracle is birth!
Human birth is a miracle indeed!

58. தாயின் உள்ளம் மகிழ்கிறது

பேறெல்லாம் பெற்றேன் மகனே - உன்னைப்
பெற்றதால் பெறாத பேறெல்லாம் பெற்றேன்.
சீரெல்லாம் பெற்றேன் மகளே - உன்னைப்
பெற்றதால் செந்தமிழ்ச் சீரெல்லாம் பெற்றேன்!

ஒருமகன், ஒருமகள் என்னிரு கண்கள்
உறவன்புக் காதலில் பிறந்தசீர்ப் பண்கள்
அருந்தமிழ் நாட்டுக்கு அளித்த நன்கொடை
அனைத்துல கொன்றாக்கும் தொண்டுக் கின்படை !

வள்ளுவர் இரண்டடி எம்இரு பிள்ளை
வாழ்வார்க்கு இலக்கணம் கற்பிக்கும் கிள்ளை !
அள்ளூறிப் போகின்றேன் மக்களால் யானே
அன்பின் வழியினர் அமிழ்திவர் தேனே !

58. REJOICING MOTHER

O, my son I received blessings
Rare and rare by begetting you!
O, my daughter I received
Countless joy of classic Tamil
By begetting you

My son and daughter are my two eyes!
They are my delightful songs!
They are great gifts to glorious Tamil Land!
To unite the whole world as one

My two children are an epitome of Valluvar's couplets!
They are lisping parrots and exemplars of a lofty life!
They are ambrosial honey and paragon of love!
Overjoyed I am by my offsprings!

V. சமுதாயம்

59. நெஞ்சுக்கு நீதி

சூதும் வாதும் நிறைந்த பூதலமீது நல்லார்
ஓதும் வழி நடந்தால் யாதும் துயரமில்லை
ஏதும் சந்தேகம் உளதோ? - நெஞ்சே இதில்
தீது சிறிதும் உளதோ?

சாதி சமயக்கடை வீதியின் அப்பால் ஒரு
சோதி அறிவிற் சரி நீதி விளங்கும் அதைக்
காதினில் தினம் கேட்பாய்-நெஞ்சே இந்த
மேதினி தனை மீட்பாய்

கூழுமில்லாது நாட்கள் ஏழும் பசித்துன்பமே
சூழும்படியே பிறர் தாழும் நிலை தவிர்க்க
வாழும் முறைமை சொல்வார்-நெஞ்சே நல்லார்
பாழும் இருளைக் கொல்வார்

மேழி யுழவன் பாட்டும், கோழியின் ஆர்ப்பும் கேட்டாய்
ஆழியிற் கதிர் ஏறும் நாழிகை யாயிற்றே
வாழிய மனப்பாவாய் - அறிஞர் காட்டும்
ஊழியம் செயப் போவாய்

V. SOCIETY

59. MY CONSCIENCE

In the world full of viles and treachery
No sufferings if one sticks to virtuous path
Is there anything wrong in it?
Is there any doubt? O, my heart!

Law of equality will radiate
Beyond the marketplace of caste and religion
O my heart! follow it everyday
To redeem this earth.

O, my heart! Listen to
Those who speak of the code of living
The poor go in starvation for all seven days
To dispel darkness in life

Farmer's song and cock's crow are heard
It's time for the break of dawn
Wake up and begin your work
As advised by Scholars

60. அறம் செய்க

தொடங்குக பணியைத் தொடங்குக அறத்தை!
கடலிலும், வானிலும், கவினுறு நிலத்திலும்
வாழ்வுயிர் அனைத்தும், மக்கள் கூட்டமும்
வாழுமாறு - அன்பு மணிக்குடை யின்கீழ்
உலகினை ஆண்டார் உயர்வுற நம்மவர்!

புலவர்கள் "உலகப் பொன்னி லக்கியம்"
ஆக்கினார்! மறவரோ, அறிவு-அறி யாமையைத்
தாக்குமாறு அமைதியைத் தாழாது காக்கக்
கண்கள் மூடாமல் எண்டிசை வைத்தும்
வண்கையை இடப்புறத்து வாளில் வைத்தும்
அறம்புரிந்து இன்ப அருவி ஆடினார்!

தொடங்குக பணியை! அடங்கல் உலகும்
இடும்நம தாணை ஏற்று நடக்கவும்
தடங்கற் சுவரும் சாய்ந்து தூளாகவும்
தொடங்குக! செந்தமிழ்ச் சொல்லால் செயலால்
தடம்பெருந் தோளால் தொடங்குக "பணியை!"

இந்த உலகில் எண்ணிலா மதங்கள்
கந்தக வீட்டில் கனலின் கொள்ளிகள்!
சாதிக்குச் சாவுமணி அடிக்க! பழம்நிகர்
தமிழகம் வையத் தலையாய்
அமையத் தொடங்குக "அறம்இன்பம்" என்றே!

60. DO CHARITY

Let us do worthy deeds in virtuous path
forefathers ruled this world with glory
And brought all mankind
Under one canopy of love

Our poets created golden literature of the world.
Our heroes fought ignorance with knowledge
Joyfully kept a constant vigil for peace
With eyes moving in all directions
And hands gripping their swords

Let us do our worthy deeds
So that all the world awaits
Our love's command
And all barriers will crumble

Countless religions in the world
Like fire sticks in sulphur house
Blow death knell to discrimination
And put Tamil Nadu in high pedestal
This alone is real charity

61. கொட்டு முரசே!

எல்லார்க்கும் நல்லின்பம்
எல்லார்க்கும் செல்வங்கள்
எட்டும் விளைந்ததென்று
கொட்டு முரசே! - வாழ்வில்
கட்டுத் தொலைந்ததென்று
கொட்டு முரசே!

இல்லாமை என்னும்பிணி
இல்லாமல் கல்விநலம்
எல்லார்க்கும் என்று சொல்லிக்
கொட்டுமுரசே! - வாழ்வில்
பொல்லாங்கு தீர்ந்ததென்று
கொட்டு முரசே !

சான்றாண்மை இவ்வுலகில்
தோன்றத் துளிர்த்ததமிழ்
மூன்றும் செழித்ததென்று
கொட்டுமுரசே! - வாழ்வில்
ஊன்றிய புகழ்சொல்லிக்
கொட்டு முரசே!

ஈன்று புறந்தருதல்
தாயின் கடன்! உழைத்தல்
எல்லார்க்கும் கடனென்று
கொட்டுமுரசே! - வாழ்வில்
தேன்மழை பெய்ததென்று
கொட்டு முரசே!

61. BEAT YOUR DRUM

Joy for all!
Prosperity for all
Thus beat your drum
Broken are the barriers in life
Thus beat your drum!

Literacy for all
With no poverty
Thus beat your drum
Gone are the evils in life
Thus beat your drum!

Tamil of three kinds
Born to usher in wisdom
Has flourished in the world
Thus beat your drum!
Proclaim everlasting fame
Thus beat your drum!

Mother's duty is to rear the child
And dedicate it to the world to toil
Thus beat your drum
It rains honey in life
Thus beat your drum!

62. மக்கள் நிகர்

தொழிலெல்லாம் நின்று விட்டால்
 எழிலெல்லாம் பறிகொடுக்கும் இந்தவுலகம்
தொழிலாளர் மகிழ மகிழப்
 பழியில்லை பகையில்லை இல்லை கலகம்!

முதலாளி இருக்கு மட்டும்
 தொழிலாளிக் கேற்படுமோ முன்னேற்றமே?
முதலெல்லாம் பொதுவானால்
 தொழிலாளிக் கேற்படுமோ ஏமாற்றமே?

உண்டான தொழி லெல்லாம்
 கொண்டாளா ஆட்சியுமோர் ஆட்சியாகுமா?
பண்டான முதலெல்லாம்
 பற்றாத ஆட்சியிலே கலகம் போகுமா?

எல்லோரும் தொழிலாளர்
 எல்லாரும் ஆளவந்தார் என்றாக்குவோம்
பொல்லாதார் இல்லர்! தமிழ்
 கல்லாதார் இல்லாநிலை உண்டாக்குவோம்!

62. ALL ARE EQUAL

The world will lose its charm
If factories cease to work
No sufferings and jealousy in this world
If all workers become a happy lot

Will the working class prosper here
If the wealthy fatten and grow?
Will workers suffer a horrible life
If private wealth becomes public wealth

Is the government worthy of its name
If it fails to support industries?
Will riots and revolts subside here
If government fails to guard its wealth?

Let us create a state wherein
All workers are partners too
Let us create a state supreme
Where none fails to learn Tamil

63. ஏழ்மையை விரட்டு

வறுமையில் செம்மை வாய்ப்பேச்சு
வல்லவர் சுரண்டிடும் பிழைப்பேச்சு!

பெருமையைப் பிடுங்கிடும் வறுமை,
 பெரும்பேர் ஆற்றலைக் கெடுத்திடும் சிறுமை !
அருமை அருமை அதனுடன் வாழ்தல்
 'ஆண்டவன்' விதி எல்லாம் தாழ்தல் !

தீமைக் கெல்லாம் தீமை வறுமை,
 தீர்த்துக் கட்டுவதே மக்கள் பெருமை
ஆமை எனவாழ்தல் வீணான குறுமை
 ஆக்குக தேக்குக பொருள் பொதுவுடைமை !

63. REMOVE POVERTY

Living decently amidst poverty
Is it not an empty talk by
The cunning blood-suckers

Poverty kills dignity
Sapping our strength
And bringing shame on us
Enduring as destiny
Is merely silly

Of all the ills of man
Poverty is the worst
Let us curb it completely
Living like worms demeans us
Create wealth for common good

64. அறிவு கெட்டவன்

அறிவு கெட்டவன் பணம்படைத்தால்
 அணுக்குண்டு செய்வான்-நல்ல
நெறியுணர்ந்தவன் பணம்படைத்தால்
 பொதுத்தொண்டு செய்வான் !

குறிகெட்டவன் பணம்படைத்தால்
 கொடும்படை சேர்ப்பான்-நல்ல
நிறைமனத்தவன் பணம்படைத்தால்
 படுந்துயர் தீர்ப்பான்

கன்மனத்தான் பணம்படைத்தால்
 கலகத்தைச் சேர்ப்பான்-மிக
நன்மனத்தான் பணம்படைத்தால்
 உலகத்தைக் காப்பான்

தன்மை கெட்டவன் பணம்படைத்தால்
 சாதியை நயப்பான்-நல்ல
பொன்மனத்தான் பணம்படைத்தால்
 நீதியை மதிப்பான்

64. A FOOL

If a fool becomes rich
He will make an atom bomb
But if a righteous man becomes rich
He will serve mankind

If a wicked man becomes rich
He will build an evil army
If a good man becomes rich
He will end the people's woes

If a heartless man becomes rich
He will instigate revolts
If a noble man becomes rich
He will save the world

If a worthless man becomes rich
He will sow seeds of casteism
If a benevolent man becomes rich
He will uphold law of justice

65. கடமை புரிவீர்

காலை மலர்ந்தது செங்கதிர் எழுந்தான்.
கண்மலர் வீரே உலகில் மாந்தரே!
வேலைதொடங்குவீர் மெய்யான வழியில்
விருப்பமும் குறிப்பும் அறம்எனக் கொள்வீர்!
ஆலையிற் கரும்புபோல் வாடினர் பல்லோர்
அவர்களை மீட்டல் அறத்தின் முதன்மையாம்
சோலையில் குயில்கள் பாடி, நலம்செயும்
துளிரன்றி ஆயிரம் தேடுவ தில்லையே!

மக்களை நடத்தும் சட்டமும் நடப்பும்
மாய்த்திடும் பசிநோய் வளர்த்திடல் அறிந்தீர்!
தக்கது நாடி ஒற்றுமை வலியினால்
தகர்த்திட வேண்டிக் கொடுத்திடுவீர்கள்!
கொக்கும் இரைபெற இருந்திடும்; வந்தால்
கொத்திடத் தயங்கிப் பசித்திடல் உண்டோ?
கைக்குள் கொண்டுளீர் மீட்சி மருந்தினைக்
கடமை புரிவிர் எழுக தொண்டரே!

65. DO YOUR DUTY

O, countrymen! Awake! Arise!
The dawn has smiled, the sun has risen!
Begin the tasks in the rightful manner
With dedication and determination
Many are squeezed as cane in the press
To save them is the foremost task
The cuckoo in the garden sings afresh
And pecks its feed alone

Customs, habits and laws in the society
Caused wild hunger
Stand united rise in revolt
To break the fetters and win your rights!
The crane awaits its chance to peck
Will it miss the chance to suffer and starve?
In your own hands the redemption lies
Awake! Arise! and do your duty

66. மனிதருக்கு மட்டும் ஏன்?

மலர்கள் பற்பல, மணமும் பற்பல
   மதங்கள் கிடையாது
விலங்குகள் பற்பல வண்ணம் பற்பல
   வேற்றுமை கிடையாது

தண்ணீர் பற்பல, நிலங்கள் பற்பல
   சாதிகள் கிடையாது
பண்கள் பற்பல பாடல்கள் பற்பல
   பகைத்தீ கிடையாது

மலைகள் பற்பல மடுவுகள் பற்பல
   மடமைகள் கிடையாது
அலைகள் பற்பல ஆழ்கடல் பற்பல
   சமயம் ஆங்கில்லை

மாந்தர் பற்பலர் மொழிகள் பற்பல
   மதிக்கும் அறிவிருந்தும்
ஏந்தும் சாதி சமயம் மதத்தின்
   இழிவால் கெட்டனரே!

66. WHY FOR HUMANS ALONE?

Flowers are many and so are their fragrance
No religions among them
Animals are many and so are their colours
Yet, no differences among them

Waters are of many kinds and so are the lands
Yet, no castes have they among them
Songs are many and so are their sweet sounds
Yet, no bitter enmity have they among them

Hills are many and so are the dales
No folly among them
Waves are many and so are the seas
Yet, no religion have they among them

Folks are many, and so are their languages
Discerning ability have they among them
Yet, by castes, creeds and fanaticism
They are ruined indeed

67. குழந்தை மணத்தின் கொடுமை

ஏழு வயதே எழிற்கருங் கண்மலர்!
ஒருதா மரைமுகம்! ஒருசிறு மணியிடை!!
சுவைத் தறியாத சுவைதருங் கனிவாய்!
இவற்றை யுடைய இளம்பெண் அவள்தான்
கூவத் தெரியாக் குயிலின் குஞ்சு
தாவாச் சிறுமான், மோவா அரும்பு!
தாலி யறுத்துத் தந்தையின் வீட்டில்
இந்தச் சிறுமி யிருந்திடு கின்றாள்
இவளது தந்தையும் மனைவியை யிழந்து
மறுதார மாய்ஓர் மங்கையை மணந்தான்
புதுப்பெண் தானும் புதுமாப் பிளையும்
இரவையே விரும்பி ஏறுவர் கட்டிலில்!
பகலைப் போக்கப் பந்தா டிடுவார்!
இளந்தலைக் கைம்பெண் இவைகளைக் காண்பாள்!
தனியாய் ஒருநாள் தன்பாட் டியிடம்
தேம்பித் தேம்பி அழுத வண்ணம்
ஏழு வயதின் இளம்பெண் சொல்லுவாள்
''என்னை விலக்கி என்சிறு தாயிடம்
தந்தை கொஞ்சுதல் தகுமோ? தந்தை
அவளை விரும்பி, அவள் தலைமீது
பூச்சூடு கின்றார்; புறக்கணித் தார்எனை!
தாமும் அவளும் தனியறை செல்வார்
நான்ஏன் வெளியில் நாய்போற் கிடப்பது?

67. CHILD MARRIAGE

Seven year old with flowery eyes
A lotus face, a slender waist
An untasted, but tasty mouth
All these aspects, the girl has
She is just the offspring of the cuckoo
That does not know how to coo
A small deer that can't jump, an unblossomed bud
She is a widow rusting in her home
Her father too lost his wife
And married a wife second
The new bride and the bridegroom
Prefer the night and go to bed
Play with the ball to while away the day
But prefer the night to go to bed
The young widow watches all this
Alone one day, the seven year old girl
Asks her grandma weeping and shedding tears
"Is it right for father to fondle my step mother
After neglecting me?
Infatuated father decorates his new wife
With flowers on to her head
He and she go to the bedroom
After all, daughter am I to him
When I go to him, is it right for him
To say 'get out' and to lift his eyebrows?"
Why should I wait outside like a dog?

68. புரட்சி செய்!

புரட்சி செய் புரட்சி செய் - தம்பி
 புதிய நல்வாழ்வினை நம்பி!
புரட்சியினா லன்றி - நாடு
 பொதுமை கொள்ளாதுயர் பீடு!

பழைமைகள் யாவுமே - சாவும்
 பண்பாட்டுப் புதுமையே மேவும்!
கிழமான சாதி - மதங்கள்
 கிளர்ச்சிக் குதவாத பதங்கள்!

சீர்திருத்தம் என்னும் பரிதி - ஒளிச்
 சிந்தனை யாலே உன்குருதி
சேர்ந்தது வேமாற்றம் கருதி - நீ
 செயல்படுவாய் வெற்றி உறுதி!

அறிவியல் புகுந்ததே எங்கும் - அட
 அறியாமையின் இருள் நடுங்கும்
முறிந்தது முடியர சாட்சி - நீ
 முழங்குக குடியரசு மாட்சி!

68. REBEL

O my Brother! Rebel! Rebel!
Hoping for a better life
No country ever gains equality
Without rebelling!

All old conventions will die
Cultural innovations will flourish
Die hard castes and religions
Are merely futile words

The sun of reform through the light
Of thought joined your bloodstream
To bring about change
Act! Victory is certain!

Science is present everywhere
Darkness of ignorance shivers
Gone is the rule of monarchy
Trumpet the glory of democracy!

69. ஏழையின் குடிசை

பானையிலே நற்சிலந்திக் கூடு, பழஅடுப்பில்
பூனையின் தூக்கம், பொலிஎருமை மாட்டின்
முதுகெலும்பு போலும் முருங்கைக்காய் காய்க்கும்
அதுவும் தலைமொட்டை. அன்னை கிழவி
மணைக்கட்டை மேல்தனது மண்டை உறுத்தக்
கணுக்கால் வயிறெட்டக் கட்டிச் சுருட்டிப்
படுத்த படுக்கை, பசிக்கோ குடல்தான்
கடித்துண்ணத் தக்க கறியுணவு, பச்சை
மயிலடியைப் போன்ற இளைநொச்சி மண்டும்
அயலிடத்தில் நின்றபடி அம்மே எனக்கதறும்
வற்றல் பசுமாட்டின் வாய்க்கதறல். - காற்றசைவைச்
சற்றும் பொறுக்காமல், தள்ளாடும் மேற்கூரை
ஆன இவையும் அடுக்காய் அமைந்ததுதான்
கூனக் கிழவர் குனிந்து புகும்குடிசை

69. POOR MAN'S HUT

Spider's web covers the pot in the kitchen
Sleeps a cat amidst the ashes of old oven
A lone tree with drumsticks long and hard
Like the back bone of a stud buffalo
Now stands bare and topless
The aged grandma lies on the floor
Rolling herself like a ball
With her head on a wooden plank
Knees touching her shrunken belly
And hunger eating her own intestines
To quell her fierce hunger

Beside a herbal hedge by the cottage
With leaves resembling peacock's feet
A skinny old cow stands lowing feebly
The dilapidated roof shakes precariously
Unable to bear even the gentle breeze
These are the conditions in the hut
With an infirm old man with bent back
Entering the old hut

70. கேட்பேனா? காண்பேனா?

அறிவொளி ஏற்றும் அறிஞன் என்னும்
மொழியைக் கேட்பேனா?
வெறித்தனம் மாய்க்கும் அறிவியல் புலமை
வியப்பைக் கேட்பேனா?

இருள் உலகத்தை மாற்றினாய் என்றே
இயம்பக் கேட்பேனா?
பொருள் உலகத்தைப் பொதுமை செய்த
புரட்சியைக் கேட்பேனா?

மடமை ஒழித்து மக்களை உயர்த்தும்
மாண்பைக் கேட்பேனா?
கடமைக் கென்றே வாழ்க்கைச் செயல்கள்
கனியக் காண்பேனா?

கள்ளம் குள்ளம் கயமையை நாட்டில்
களையக் காண்பேனா?
உள்ளம் உயரும் கொள்கைக் காக
உழைக்கக் காண்பேனா?

70. WILL I HEAR OR SEE?

Will I hear that you are a genious
Who kindles the light of knowledge?
Will I hear the marvel of
Scientific talent which will put
An end to dead customs?

Will I hear somebody tell that
You have changed the dark world?
Will I hear that you have brought
A revolution changing the capitalist
World into a socialist one?

Will I hear of your glory
Abolishing ignorance
To raise the level of humanity?
Will I see the fulfillment of the
Activities of your life
For the sake of duty?

Will I see you eradicating corruption
And meanness in the country?
Will I see you labouring
Hard for elevating the mind?

71. வேங்கையின் குகையில்

நீள் வையம் எதிர்த்திடினும் - அஞ்சுதல் இல்லாத்
தோள் வாய்ந்த மூவேந்தர் - சீர் ஆட்சி
நாள் என்ற கடல்வெள்ளம் தான் கொண்டு போனதே
கோள் வாய்ந்த பெருந்தீயர் வரவால் இருளானதே!
யாரும் ஒன்றேஎன வாழ்ந்தோமோ நாங்கள்
இனம் சாதி மதவெறி அலங்கோலம்
மேவி வீழ்ச்சிநிலை அடையவும் ஆனதே!
வேங்கைக் குகைக்குள்நரி வாழ்ந்திடவும் ஆனதே!

72. மாணவர்கள்

கற்கின்ற இருபாலீர்! தமிழ்நாட்டின் கண்ணொப்பீர்
                                        கனியி ருக்க
நிற்கின்ற நெடுமரத்தில் காய்கவர நினையாதீர்
                                        மூது ணர்வால்
முற்கண்ட எவற்றினுக்கும் முதலான நந்தமிழை
                                        இகழ்த லின்றிக்
கற்கண்டாய் நினைத்தின்பம் கைக்கொண்டு வாழ்ந்திடுவீர்!
                                        நன்றே என்றும்
ஆங்கிலத்தைக் கற்கையிலும் அயல்மொழியைக்
                                        கற்கையிலும் எந்த நாளும்
தீங்கனியைச் செந்தமிழைத் தென்னாட்டின் பொன்னேட்டை
                                        உயிராய்க் கொள்வீர்!

71. IN THE TIGER'S DEN

The three great kings strong and brave
Stood against the entire world
And reigned the world with righteous rule
But the flood of time had washed them away
And the advent of evil folk
Cast a darkness over the land
We lived in perfect equal terms
But caste and creed caused the chaos
Spelling disaster to our life
Now the fox in tiger's den lives

72. STUDENTS

O, Dear students!
You are the eyes of Tamil Nadu
Never prefer unripe fruits to the ripe

Never blame our Tamil
Relish it as sweet candy
And live in joy forever

You may learn English
Or any other language
But cherish the classical Tamil
As life and gold

73. கல்வி

கல்வியின் மிக்கதாம் செல்வமொன் றில்லையே
கண்மணி கேளடாநீ என்றன் சொல்லையே!
செல்வம் பிறக்கும் நாம் தந்திடில் தீர்ந்திடும்
கல்வி தருந்தொறும் மிகச் சேர்ந்திடும்!

கல்வியுள்ளவரே! கண்ணுள்ளார் என்னலாம்
கல்வியில்லாதவர் கண் புண்ணென்றே பன்னலாம்
கல்வி மிகுந்திடில் கழிந்திடும் கடமை!
கற்பதுவேஉன் முதற் கடமை

இளமையிற் கல்லென இசைக்கும் ஔவையார்
இன்பக் கருத்தை நீ சிந்திப்பாய் செவ்வையாய்
இளமை கழிந்திடில் ஏறுமோ கல்விதான்?
இப்பொழு தேயுண் இனித்திடும் தேன்!

74. உலக முன்னேற்றம்

உலகமே உயர்வடைவாம்!
உள்ளவர்க்கெல்லாம் நீயேதாய்!
நலந்தரும் சமத்துவம்
நாடுதல் மகத்துவம்
நண்ணுவாய் சுதந்தரத்வம்!

கலகமேன்? சண்டைகளேன்?
கருத்தெலாம் பேதம் கொள்வதேன்?
கலன்செல்லும் பாதையின்
காரிருள் வெளிக்குக்
கல்வியே சுடர் விளக்கு!

73. LEARNING

Listen to my words my dear!
No wealth is greater than learning
Wealth leaves when offered
But wealth of learning multiplies, when offered.
The learned alone have real eyes.
The illiterates have only sores on their face
Ignorance vanishes when learning flourishes
Learning indeed is your foremost duty
"Learn while young", said Avvaiyar
Pay heed to this pleasing precept
Learning is easy only in youthhood
Right now devour this delightful honey!

74. WORLD'S PROGRESS

O, World! Forge ahead
You are the mother to all!
Spread equality far and wide
It is a noble task indeed

Strive to establish liberty
Why strifes and discords?
Learning is the only torch
To guide our ship through darkness

75. மாணவருக்கு எழுச்சி

நிற்கையில் நிமிர்ந்து நில்!
   நடப்பதில் மகிழ்ச்சி கொள்!
சற்றே தினந்தோறும் விளையாடு
   பற்பலப் பாட்டும் பாடிடப் பழகு! - நீ
பணிவாகப் பேசுதல் உனக்கழகு!

கற்பதில் முதன்மை கொள்
   காண்பதைத் தெரிந்துகொள்
எப்பொழுதும் மெய்யுரைக்க அஞ்சாதே
   சுற்றித் திரிந்திடும் துஷ்டர் சிநேகம்
தொல்லை என்பதி லென்னசந் தேகம்? - நீ

சித்திரம் பயின்று வா
   தேன் போன்ற கதை சொல்
முத்தைப்போலே துவைத்த உடையணிவாய்
   புத்தகம் உனக்குப் புத்துயிர் அளிப்பதாம்
போக்கடிக்காதே இதை நான் சொல்லவோ - நீ

பத்திரி கைபடி நீ
   பலவும் அறிந்து கொள்
ஒத்துப் பிறர்க்கு நலம் உண்டாக்கு!
   நித்தமும் இந்தத் தேசம் தன்னை
நினைத்துப் பொதுப் பணிசெய் அவளுனக் கன்னை

75. CALL TO STUDENTS

Be erect while standing
Rejoice while walking
Play for a while everyday
Learn to sing songs of all kinds
Humility in speech gives beauty

Always be a topper in learning
Discern everything you see
Never dread speaking the truth
The company of the wicked is bad
Doubt not this dictum

Practise the art of painting
Tell tales sweeter
Let your dress sparkle like the pearl
Are not books your life-giving force?
Never part with them!
I needn't tell this

Read daily news, learn all that you need
Do good to others
Render service to Dravida Nadu
For she is your very mother.

76. தந்தை பெண்ணுக்கு

தலைவாரிப் பூச்சூடி உன்னைப் பாட
   சாலைக்குப் போ என்று சொன்னாள் உன் அன்னை
சிலைபோல ஏனங்கு நின்றாய் - நீ
   சிந்தாத கண்ணீரை ஏன் சிந்துகின்றாய்
விலைபோட்டு வாங்கவா முடியும்? - கல்வி
   வேளைதோறும் கற்று வருவதால் படியும்!
மலைவாழை அல்லவோ கல்வி? - நீ
   வாயார உண்ணுவாய் போ என் புதல்வி!

படியாத பெண்ணாய் இருந்தால், - கேலி
   பண்ணுவார் என்னை இவ்வூரார் தெரிந்தால்!
கடிகாரம் ஓடுமுன் ஓடு! - என்
   கண்ணல்ல, அண்டை வீட்டுப் பெண்களோடு!
கடிதாய் இருக்கும் இப்போது - கல்வி
   கற்றிடக் கற்றிடத் தெரியும் அப்போது!
கடல்சூழ்ந்த இத்தமிழ்நாடு - பெண்
   கல்வி பெண்கல்வி என்கின்றது அன்போடு!

76. FATHER TO HIS DAUGHTER

Go to school with well combed hair
Decked with flower said your mother
Why stand like a statue with so much tears?
Is it fair? Can learning be purchased?
By constant study alone could it be got!
Isn't learning sweet as mountain plantain?
Go and eat it to your heart's content!

If you remain an unschooled girl
I will be ridiculed by townsmen
O, my dear, go with the girls next door
Before the clock strikes
May be it's hard for you to learn now
But more you study more you'll gain
Tamil Nadu, circled by oceans
Demands women's education

77. பிறர் நலம்

ஒருதீமை கண்டால்
ஒதுங்கி நிற்றல் தீமை
எருதுமேல் ஈ மொய்த்த
போது - பெருவால்

சுழற்றுவதால் துன்பம்
தொலையுமா? - ஈக்கள்
புழுக்குமிடம் துய்தாகிப்
போகுமா? - இழுக்கொன்று

காணில் நமக்கென்ன
என்னாமல் கண்டஅதன்
ஆணிவேர் கல்வி
அழகுலகைப் - பேணுவதில்

நேருற்ற துன்பமெலாம்
இன்பம்! கவலையின்றிச்
சேருவோன் இன்பமெலாம்
துன்பமென்க!

77. OTHERS' WELFARE

It's wrong to take no notice of wrong
The beast may swat with its tail
An annoying fly on a buffalo's back

But can that end its pain?
Can the breeding ground of flies
Turn into a clean spot?

Education is the key to lead
This beautiful world to joy
And not to turn a blind eye on wrongs

All sorrows will turn to joys
while caring for others
All joys will turn to sorrows
while not taking care of others

78. பெண் கல்வி

பெண்களால் முன்னேறக் கூடும் - நம்
வண்தமிழ் நாடும்எந் நாடும்!
கண்களால் வழிகாண முடிவதைப் போலே!
கால்களால் முன்னேற முடிவதைப் போலே!
பெண்களால் முன்னேறக் கூடும்

படியாத பெண்ணினால் தீமை! - என்ன
பயன்விளைப் பாளந்த ஊமை?
நெடுந்தமிழ் நாடெனும் செல்வி - நல்ல
நிலை காண வைத்திடும், பெண்களின் கல்வி!
பெண்களால் முன்னேறக் கூடும்

பெற்றநல் தந்தை தாய் மாரே - நும்
பெண்களைக் கற்க வைப்பீரே!
இற்றைநாள் பெண் கல்வியாலே - முன்
னேற வேண்டும் வையம் மேலே!
பெண்களால் முன்னேறக் கூடும்

78. WOMEN'S EDUCATION

Women will progress well
In glorious Tamil Nadu
Progress and prosperity
Can be gained through women
All this is possible
Like eyes guiding one
And legs marching ahead

The illiterate woman is unfit
Of what avail is that dumb woman?
This dame land of Tamil Nadu
Can flourish and progress
Only through women

O, virtuous fathers and mothers
Educate your daughters
The world can see the progress
Only through women's education

79. படி! படி! படி!

நூலைப்படி - முறைப்படி
நூலைப்படி
காலையிற் படி கடும்பகல் படி
மாலை, இரவு பொருள்படும்படி

கற்பவை கற்கும்படி
வள்ளுவர் சொன்னபடி
கற்கத்தான் வேண்டும் அப்படிக்
கல்லாதவர் வாழ்வதெப்படி?

அறம்படி பொருளைப் படி
அப்படியே இன்பம் படி
இறந்த தமிழ் நான்மறை
பிறந்ததென்று சொல்லும்படி

அகப்பொருள் படி அதன்படி
புறப்பொருள் படி நல்லபடி
புகப் புகப் படிப்படியாய்ப்
புலமை வரும் என்சொற்படி

சாதி என்னும் தாழ்ந்தபடி
நமக்கெல்லாம் தள்ளுபடி
சேதி அப்படி தெரிந்து படி
தீமை வந்திடுமே மறுபடி

79. STUDY! STUDY! STUDY!

Study the books
Study the classics
Study them in right manner
Study them at dawn
Study them at noon
Study them at dusk
Study them for their meaning right

Study you must
Study and discern their intent
Study as told by Valluvar set
If not, how could one live in this world?

Study the works on Virtue
Study the works on Wealth
And study the works on Love too
Study to revive Tamil vedas

Study inner virtues
Study well worldly virtues
Study to grasp better
To gain wisdom

Caste is a lowly step
Which we dismiss outright
It's the message to discern well
Lest evil will befall us sure

VI. இயற்கை

80. இயற்கை

எல்லாம் அசையச் செய்தாய் - உயிர்கள்
எதினும் அசைவைச் சேர்த்தாய்.
சொல்லால் இசையால் இன்பம் - எமையே
துய்க்கச் செய்தாய்! அடடா!
கல்லா மயில், வான்கோழி - புறவுகள்
காட்டும் சுவைசேர் அசைவால்
அல்லல் விலக்கும் ''ஆடற்-கலை'' தான்
அமையச் செய்தாய் வாழி!

81. இயற்கைச் செல்வம்

விரிந்த வானே, வெளியே - எங்கும்
விளைந்த பொருளின் முதலே
திரிந்த காற்றும், புனலும் - மண்ணும்,
செந்தீ யாவும் தந்தோய்
தெரிந்த கதிரும் நிலவும் - பலவாச்
செறிந்த உலகின் வித்தே
புரிந்த உன்றன் செயல்கள் - எல்லாம்
புதுமை ! புதுமை ! புதுமை !

அசைவைச் செய்தாய், ஆங்கே - ஒலியாம்
அலையைச் செய்தாய், நீயே!
நசையால் காணும் வண்ணம் - நிலமே
நான்காய் விரியச் செய்தாய்!
பசையாம் பொருள்கள் செய்தாய்!-இயலாம்
பைந்தமிழ் பேசச் செய்தாய்!
இசையாம் தமிழைத் தந்தாய் - பறவை
ஏந்திழை இனிமைக் குரலால்!

VI. NATURE

80. NATURE

O, Nature!
Stir up everything
And give life and strength to all
Give joy through song and music
O, graceful nature remove all worries
Through chirping birds
And artful dances

81. NATURE'S GIFT

O! Vast sky and universe
You are the source of all beings
You gave wandering winds and waters
Earth, fire and water
O, seed of the world
Enriched with sun and moon!
All your deeds are novel

You cause motion and waves of sound
You formed earth to flourish
In four beautiful bounds!
You made wholesome things
You speak in lovely Tamil
You gave lovely music
Like that of sweet-voiced girl and bird

௪௨. மாவலிபுரச் செலவு

சென்னையிலே ஒருவாய்க்கால் - புதுச்
சேரிநகர் வரை நீளும்
அன்னதில் தோணிகள் ஓடும் - எழில்
அன்னம் மிதப்பது போலே
என்னருந் தோழரும் நானும் - ஒன்றில்
ஏறி யமர்ந்திட்ட பின்பு
சென்னையை விட்டது தோணி - பின்பு
தீவிரப் பட்டது வேகம்

தெற்குத் திசையினை நோக்கி - நாங்கள்
சென்றிடும் போது விசாலச்
சுற்றுப் புறத்தினில் எங்கும் - வெய்யில்
தூவிடும் பொன்னொளி கண்டோம்
நெற்றி வளைத்து முகத்தை - நட்டு
நீரினை நோக்கியே தாங்கள்
அற்புதங் கண்டு மகிழ்ந்தோம் - புனல்
அத்தனையும்ஒளி வானம்!

82. A RIDE TO MAMALLAPURAM

A canal from Chennai
Flowing down to Puducherry
Boats were sailing like swans
My bosom friend and I sailed
From Chennai in great speed

Down south as we rode
In the vast space
We saw sun
Shining in golden gleams
On our forehead
We were joyous to see
The wondrous waters
Gleaming with light

৪3. தென்றலின் குறும்பு

இழுத்திழுத்து மூடுகின்றேன்
எடுத்தெடுத்துப் போடுகின்றாய்
பழிக்க என்றன் மேலாடையைத் தென்றலே - உன்னைப்
பார்த்துவிட்டேன் இந்தச்சேதி ஒன்றிலே!

சிலிர்க்கச் சிலிர்க்க வீசுகின்றாய்,
செந்தாழைமணம் பூசுகின்றாய்
குலுங்கி நடக்கும் போதிலே என் பாவாடை - தனைக்
குறுக்கில் நெடுக்கில் பறக்கச்செய்தாய் தென்றலே!

வந்து வந்து கன்னந் தொட்டாய்
வள்ளைக் காதில் முத்தமிட்டாய்
செந்தாமரை முகத்தினை ஏன் நாடினாய்? - ஏன்
சீவியதோர் கருங்குழலால் மூடினாய்?

மேலுக்குமேல் குளிரைச் செய்தாய்
மிகமிகக் களியைச் செய்தாய்
உள்ளுக்குள்ளே கையைவைத்தாய் தென்றலே! - என்
உயிருக்குள்ளும் மகிழ்ச்சி வைத்தாய் தென்றலே!

83. SOUTH WIND'S MISCHIEF

O, Breeze! You keep tossing my skirt
Though I pull it around me all the time
From the way you pull my skirt
Now I know what you are really!

You blow refreshingly chill wind
With flowery fragrance
As I walk along in joyous steps
You toss my skirt hither and thither

O, you mischievous wanton wind!
You come and touch my cheeks
And plant kisses on my tender ears!
Why do you cover my lotus-face
With my well-combed dark hairs?

You cooled my warm body again and again
And my heart delighted and touched
The deepest depths of my body
Kindling my joyous joy in my soul!

84. நீலவான் ஆடைக்குள் . . .

''நீலவான் ஆடைக்குள் உடல் மறைத்து
நிலாவென்று காட்டுகின்றாய் ஒளி முகத்தைக்!
கோலமுழு தும்காட்டி விட்டால் காதற்
கொள்ளையிலே இவ்வுலகம் சாமோ? வானச்
சோலையிலே பூத்ததனிப் பூவோ நீதான்!
சொக்கவெள்ளிப் பாற்குடமோ, அமுத ஊற்றோ!
காலைவந்த செம்பரிதி கடலில் மூழ்கிக்
கனல்மாறிக் குளிரடைந்த ஒளிப் பிழம்போ!

அந்தியிரு ளாற்கருகும் உலகு கண்டேன்
அவ்வாறே வான்கண்டேன்; திசைகள் கண்டேன்
பிந்தியந்தக் காரிருள்தான் சிரித்த துண்டோ ?
பெருஞ்சிரிப்பின் ஒளிமுத்தோ நிலவே நீதான்!
சிந்தாமல் சிதறாமல் அழகை யெல்லாம்
சேகரித்துக் குளிரேற்றி ஒளியும் ஊட்டி
இந்தாவென் றேஇயற்கை அன்னை வானில்
எழில்வாழ்வைச் சித்தரித்த வண்ணந் தானோ!

உனைக்காணும் போதினிலே என்னு ளத்தில்
ஊறிவரும் உணர்ச்சியினை எழுது தற்கு
நினைத்தாலும் வார்த்தைகிடைத் திடுவ தில்லை
நித்திய தரித்திரராய் உழைத் துழைத்துத்
தினைத்துணையும் பயனின்றிப் பசித்த மக்கள்
சிறிதுகூழ் தேடுங்கால், பானை ஆரக்
கனத்திருந்த வெண்சோறு காணும் இன்பம்
கவின்நிலவே உனைக்காணும் இன்பம் தானோ!

84. IN THE BLUE GARMENT...

O, Moon!
You reveal your bright face
Concealing your body
In the blue garment sky
Will this world die of you
If you show your entire beauty?
Are you the lone flower in the garden sky?
Are you the pot of milk made of pure silver?
Are you the nectarine fountain?
Are you the redsun rising at dawn
Taking bath in deep sea

And cooling down as moon?
I saw dark sky in all directions
O, Moon!
You are the bright pearl of laughter
Is this the colour with which mother nature
Paints on the sky a life of beauty ?

O, Moon!
I've no words to pen my feelings
When I see hungry masses in daily diligence
Labouring without gain
O, Moon!
When they long for something to eat
Their joy is joy of seeing you
While finding a bowlful of rice
I lost myself in your beauty!
When I see you with my eyes

உன்னைஎன் திருவிழியாற் காணு கின்றேன்
ஒளிபெறுகின் றேன்;இருளை ஒதுக்கு கின்றேன்
இன்னலெலாம் தவிர்கின்றேன்; களிகொள் கின்றேன்
எரிவில்லை குளிர்கின்றேன் புறமும் உள்ளும்!
அன்புள்ளம் பூணுகின்றேன்; அதுவு முற்றி
ஆகாயம் அளாவுமொரு காதல் கொண்டேன்!
இன்பமெனும் பால்நுரையே! குளிர் விளக்கே!
எனைஇழந்தேன், உன்னெழிலில் கலந்த தாலே!

85. அதிகாலை

அமைதியில் ஒளி அரும்பும் அதிகாலை - மிக
அழகான இருட்சோலை தனில்
இமை திறந்தே தலைவி கேட்டால் - சேவல்
எழுந்திருப்பீர் என்று கூவல்

தமிழ்த்தேன் எழுந்தது வீட்டினர் மொழியெலாம்
தண்ணீர் இறைத்தது தலைவாயில் வழியெலாம்
அமைந்த கோலம் இனித்தது விழியெலாம் - நீ
ராடி உடுத்தனர் அழகுபொற் கிழியெலாம்

பெற்றவர் கூடத்தில் மணைமேற் பொருந்தித் - தம்
பிள்ளைகளோடு சிற்றுண வருந்தி
உற்ற வேலையில் கைகள் வருந்தி
உழைக்கலாயினர் அன்புதிருந்தி

I take light avoiding darkness
Setting aside pains and gain joy
I am cooled in and out
I adorn myself with a heart of love
And grow sky-high
Like milky foam and cool light

85. DAWN

She opened her eyes and heard
The waking call of a cock
At dawn of glittering light in serenity
Amidst a beautiful bower of darkness

Tamil pours like sweet honey
At household speech
Courtyard was sprinkled with water
Eyes feasted on household decoration
Folks bathed and dressed brightly

Parents are sitting on the floor
To dine with their kids
After a day's toil
On assigned tasks

86. அழகு

காலையிளம் பரிதியிலே அவளைக் கண்டேன்!
 கடற்பரப்பில், ஒளிப்புனலில் கண்டேன்! அந்தச்
சோலையிலே, மலர்களிலே, தளிர்கள் தம்மில்
 தொட்ட இடம் எலாம்கண்ணில் தட்டுப் பட்டாள்!
மாலையிலே மேற்றிசையில் இலகு கின்ற
 மாணிக்கச் சுடரிலவள் இருந்தாள்! ஆலஞ்
சாலையிலே கிளைதோறும் கிளியின் கூட்டந்
 தனில்அந்த 'அழகெ'ன்பாள் கவிதை தந்தாள்

சிறுகுழந்தை விழியினிலே ஒளியாய் நின்றாள்
 திருவிளக்கில் சிரிக்கின்றாள்; நாரெ டுத்து
நறுமலரைத் தொடுப்பாளின் விரல்வ ளைவில்
 நாடகத்தைச் செய்கின்றாள்; அடடே செந்தோள்
புறத்தினிலே கலப்பையுடன் உழவன் செல்லும்
 புது நடையில் பூரித்தாள்; விளைந்த நன்செய்
நிறத்தினிலே என்விழியை நிறுத்தினாள்; என்
 நெஞ்சத்தில் குடியேறி மகிழ்ச்சி செய்தாள்

திசைகண்டேன், வான்கண்டேன்; உட்புறத்துச்
 செறிந்தனவாம் பலப்பலவும் கண்டேன்; யாண்டும்
அசைவனவும் நின்றனவும் கண்டேன்; மற்றும்
 அழகுதனைக் கண்டேன்; நல் லின்பங் கண்டேன்
பசையுள்ள பொருளிலெலாம் பசையவள் காண்!
 பழமையினாள் சாகாத இளையவள் காண்!
நசையோடு நோக்கடா எங்கும் உள்ளாள்!
 நல்லழகு வசப்பட்டால் துன்பம் இல்லை!

86. BEAUTY

I see her in rising sun at dawn
I see her in vast sea in glowing light
I see her in woods and flowers
She sprouts in whatever I touch
She is shining in the ruby lamp
Glimmering bright in the dusk
I see her all around and on the parrots
She, the muse of beauty
Bestows the bliss of poetry

She is light with bright eyes of a child
She smiles like the holy lamp
And dances with garland of flowers
With a curve of feminine fingers
Elated like a ploughman in gentle gait
She fixes my eyes on green fields
Inspiring me with great delight

I see the sky and all the directions
Plentiful riches found from within
I see all that is in motion and still
I see beauty and joy again and again
She is the sap of all sustenance
She is the beauty unravished by time
Look with love and see her everywhere
No pains if you submit to her charms

87. கோடையும் மாரியும்

வெயிலின் கொடுமை விலக்கிட எண்ணிக்
கடற்கரைப் பக்கம் நடந்தேன், கடலோ
உலைநீர் போல கொதித்தலைந் துயிர்த்தது
கடற்காற்று ஆவியாய்க் கனன்று வீசிற்று
வான வெப்பத்தால் போனகதிர் சிவந்தது

எழுந்த வெண்ணிலா எண்ணெயில் பொறித்த
அப்பளம் போலக் கொப்பளம் கொண்டது
வெம்மையால் அம்மை வார்த்தது போல
மீனினம் விசும்பில் தான் எழுந்திட
வைக்கோலில் சுற்றிய வெள்ளரிப் பழம்போல்
வெக்கையால் மேனி வியர்த்து வாட்டிற்று!

யான்ஒருவன் மட்டுமா எய்தினேன் இன்னல்?
இல்லவே இல்லை; எல்லா மக்களும்
வந்தேரிகளால் நொந்தழு வார்போல்
கோடைக் கொடுமையில் வாடலானோம்
புரட்சியின் புழுக்கத் தின்பின்
பொதுவுடை மைபோல் புகுந்தது மாரியே!

87. SUMMER AND WINTER

I strolled along the breezy beach
To avoid the heat of scorching sun
The sea was boiling
With breeze steaming hot
Moon was like thin wafer

Oil-fried and puffed up
The body was sweating in heat
Stars in sky were swelling with poke-marks
Like a ripe cucumber wrapped in straw

Was I the only one who suffered?
No, all suffered like those in cruel alien rule
We all felt the scorching summer
Like calm after storm
Rain came like communism

88. மழை

மழையே மழையே வா வா - நல்ல
வானப்புனலே வா வா! -இவ்
வையத்தமுதே வாவா!

தழையா வாழ்வும் தழைக்கவும் - மெய்
 தாங்கா வெப்பம் நீங்கவும்
உழுவாரெல்லாம் மலைபோல் எருதை
 ஓட்டிப் பொன்னேர் பூட்டவும்

தகரப்பந்தல் தணதண வென்னத்
 தாழும் குடிசை சளசள என்ன
நகரப்பெண்கள் செப்புக் குடங்கள்
 நன்றெங் குங்கண கணகண வென்ன

ஏரி குளங்கள் வழியும்படி, நா
 டெங்கும் இன்பம் பொழியும்படி, பொடி
வாரித்தூவும் பூவும் காயும்
 மரமும் தழையும் நனைந்திடும்படி

இல்லாருக்கும், செல்வர்கள் தாமே
 என்பாருக்கும், தீயவர் மற்றும்
நல்லாருக்கும் முகிலே சமமாய்
 நல்கும் செல்வம் நீயேயன்றோ?

88. RAIN

O, rain! come, come
Like sweet nectar
From heaven to earth

Make barren things prosper
Cool the scorching heat
Bringing hope to farmers
Ploughing with mount like bulls

Drumming on a zinc roof
Battering on the thatches
You make copper pots sound
Clang, clang, clang

Overflowing lakes and ponds
Bring cheer to the land
And soak in the elixir of life
On trees, their leaves and blossoms

O, the fertile cloud of rain!
You distribute your wealth
Equally to all
The Good and the bad

89. தழைந்த சோலை

தழைந்த சோலை நிறைந்த மலர்கள்
தமிழ்சா டிடும் வண்டு-நல்
அமிழ்தா கிய தென்றல் பாராய் - தழைந்த சோலை.....

அழகிய மயில்குயில் ஆடும் பாடும்
அண்டும் சிட்டுகள் கூடும் குலவும்
எழிலொடு தளிரொடு படர்கொடி முல்லை
இன்பம் இன்பம் இன்பம் பாராய் - தழைந்த சோலை.....

தங்கத் தகட்டில் வெள்ளிக் காசு
சார்ந்த மேனிக் கலைமான் காதல்
பொங்கித் தேடித் துணையைக் கூடும்
புதுமை புதுமை புதுமை பாராய் - தழைந்த சோலை.....

90. தாமரைக் குளம்

முழுதழகு தாமரைக் குளம்!
எழுத வருமா ஓவியப் புலவர்க்கும்?
அழும் உலகை உவகையிற் சேர்ப்பது
   அழகு சிரித்ததை ஒப்பது!
எழுந்த செங்கதிர் 'ஏன்'என்று கைநீட்ட
   தேன்கொண்டு செந்தாமரை விரிந்தது
செம்பும் தங்கமும் உருக்கி மெருகிட்டது
   இதழ் ஒவ்வொன்றும் ஒளிபெற்றது
அன்பு மதலை முகமென மலர்ந்தது
   குதலை வண்டுவாய் மொழிந்தது

89. FERTILE GARDEN

A shady grove with bounteous flowers
Bees singing sweet Tamil tunes
And life-giving breeze blowing
Dancing peacocks, singing cuckoos
Chirping sparrows making love
Jasmine vines climbing everywhere

A deer with silver spots
On a golden body
With love for his mate
Goes wooing joyfully
What a refreshing scene!

90. LOTUS POND

What a lovely sight the lotus pond offers!
Even the most skilled artist can't paint it
Displaying beauty in all its gaiety
It brings joy to a gloomy world
At the beckoning of the rising sun
The lotuses are in bloom
Their nectar sweetens the air
As though polished with a molten mixture
Of copper and gold
The petals shining in the shining sun
Is like the lovely face of a child
The song of the bees and a baby's babbling

91. குளிர் கொண்டு வந்தது

குளிர்கொண்டு வந்தது மாலை-நறுமணம்
கொழித்தது மணிமலர்ச் சோலை-இனிதான
வெளிஎன்ற பெரும்பட விரிப்பில்-இச்சோலை
குளிர்கொண்டெழுதிய இயற்கையின் சிரிப்பு !

களிகொண்டு மயிலாடும் மன்றில்-இனிதான
இசைகொண்டு வந்திடும் தென்றல்
தளிரெல்லாம் மெருகுள்ள பச்சை-இக்காட்சி
தனிஇயற்கை நமக்கிட்ட பிச்சை !

பச்சைப் பசுங் கொடியின் முல்லை-மல்லிகை
பாய்ச்சும் மணத்துக் கீடில்லை
மச்சு வளைத்தன பெருமரக் - கிளைகள்
வரிசை விளக்குகள் அங்குள்ள மலர்கள்!

91. EVENING BRINGS BREEZE

The evening brings breeze
Cool and rich with fragrance
The fair flower garden is splendid!
With nature's bright laughter
On the immense canvas of space!

The peacock dances with joy
The southern wind brings sweet music
The plants around are tender aglow!
Thus nature bestows this beauty scenic!

The jasmine perfume from
The creepers tender green
Is beyond compare indeed
Big branched trees as canopy
With flowers as rows of lamps

92. ஆறு

மேற்கிருந்து கிழக்கு நோக்கி
 விரைந்து வந்தாய் ஆறே
விதவிதப்பூப் பெரும்பெ ருங்கிளை
 அடித்து வந்தாய் ஆறே

தேற்ற வந்தாய் எங்கள் ஊரும்
 சிறக்க வந்தாய் ஆறே
செழிக்க உங்கள் நன்செய் என்று
 முழக்கி வந்தாய் ஆறே

நேற்றிருந்த வறட்சி எலாம்
 நீக்க வந்தாய் ஆறே
நெளிந்து நெளிந்து வெள்ளி அலை
 பரப்பி வந்தாய் ஆறே

காற்றோடும் மணத்தோடும்
 கலந்து வந்தாய் ஆறே
கண்டுமகிழக் கெண்டைவிழி
 காட்டி வந்தாய் ஆறே!

92. RIVER

O river!
You come from the west
Rushing towards the east
Sweep along with your current
Twigs and boughs laden with flowers

Bringing hope to our town
To make our lands fertile
With copious abundance
And ample richness

Driving away past drought
You come dancing with silver waves
You come with a cool breeze
And varied fragrance

You come mingled
In wind and fragrance
We look at you with joy
To see your fish-like eyes and sweet glances

௯௩. குற்றால நீர்வீழ்ச்சி

அழகிய இயங்கிஎம் அனைவர் தம்மையும்
தழல்பெயும் கோடைக் கொடுமை நீக்கச்
சுமந்து விரைந்து பலகல் தொலைவைக்
கடந்ததும் கனலினின்று புனலில் குதித்த
ஒருநிலை கண்டோம் திருக்குற்றாலம்
இன்னும் அரைக்கல்லே என்ற னர்பின்
பசுந்தழை அடர்மரப் பந்தல் கீழ்குளிர்
பிசைந்த வழியேகி நின்றது இயங்கி
இனியாம் நடந்தே எழுதல் வேண்டும்
நானும் நேயரும் சிறிது நடந்ததும்
வான்கீழ் வெளியே அழகால் மறைத்த
திருக்குற்றால மலைநீர் வீழ்ச்சி
இதோபார் என்றனர் எதிர்நின்று நோக்கினேன்
பொன்வெயில் தழுவிய நன்மேனியுடன்
நின்றி ருந்தாள் நெடியோள் ஒருத்தி
அன்னவள் மென்குழல் அணிமலர்ச் சோலையாய்
விண்ணிடை விரைந்து நறுமணம் விரிக்கும்
ஆடவில்லை அசைகிலள் விடாது
பாடிக் கொண்டே இருந்தாள் பண்ணொன்று!

93. KUTRALAM FALLS

The beautiful car took us all
Away from the sweltering summer heat
Across many miles in swift motion
Transporting us to cool heights
Half a mile ahead is Kutralam
Under the cool shade of tall trees
Our car stopped to stretch
Our legs in slow walks
The sheer fall of sweet water
Screened the skies from our sight
Here is cool Kutralam falls!
It was a tall, graceful maiden
With thick foliage and flowers as her dress
Spreading fragrance in the air
She did not dance but her sweet song
Filled the dense forest

94. சோலை தரும் நன்கொடை

மலரோ மணங்கொடுக்கும்
   வண்டுகள் இசை கொடுக்கும்
சலசலென்று நீர் கொடுக்கும் ஓடையே - தன்
கடுஞ்சூட்டில் தணிவு கொடுக்கும் கோடையே!

தென்னை இளநீர் கொடுக்கும்
   தேன்வாழை பழம் கொடுக்கும்
புன்னையோ முத்தம் கொடுக்கும் கையிலே - தான்
போனதாய் எழுதிக் கொடுக்கும் வெய்யிலே!

முல்லை சிரிப்புக் கொடுக்கும்
   மொய்யலரி சினம் கொடுக்கும்
சொல்லிலே, தமிழ் கொடுக்கும் பச்சைக்கிளி - தன்
தோகையால் எழில் கொடுக்கும் அச்சுமயில்!

மந்தியோ பால் கொடுக்கும்
   வந்தகுட்டி வாய் கொடுக்கும்
சிந்தியே தேன் கொடுக்கும் பூக்காடு - மேல்
செந்தமிழ் உண்ணக் கொடுக்கும் ஈக்காடு!

94. GIFT OF GARDEN

Summer itself is milder
When the flowers give out fragrance,
The bees sweet music
And the brook gushes forth with gurgling water

The coconuts are tender
The bananas are sweeter
The laurel trees drop their shining pearls
The relenting sun says
"I won't be harsh"

Here this jasmine smiles
The oleander is red with rage
The parrot utters sweet Tamil words
The peacock with its lustrous feathers
Is a gift of beauty

The monkey suckles her young one
Which snuggles into her arms
The flowers drip with nectar
And the bees fill us
With their Tamil music

95. வானம்பாடி

வானந்தான் பாடிற்றா? வானிலவு பாடிற்றா?
தேனை அருந்திச் சிறுதும்பி மேலேறி
நல்லிசை நல்கிற்றா? நடுங்கும் இடிக்குரலும்
மெல்லிசை பயின்று மிகஇனிமை தந்ததுவோ?

வானூர்தி மேலிருந்து வல்ல தமிழிசைஞன்
தானூதும் வேய்ங்குழலா? யாழா? தனியொருத்தி
வையத்து மக்கள் மகிழக் குரல் எடுத்துப்
பெய்த அமுதா? எனநானே பேசுகையில்

நீநம்பாய் என்று, நிமிர்ந்த என்கண்ணேரில்
வானம்பா டிக்குருவி காட்சி வழங்கியது
ஏந்தும்வான் வெள்ளத்தில் இன்பவெள்ளம் தான்கலக்க
நீந்துகின்ற வானம் பாடிக்கு நிகழ்த்தினேன்!

உன்றன் மணிச்சிறகும் சின்னக் கருவிழியும்
என்றன் விழிகட்கே எட்டா உயர்வானில்
பாடிக்கொண்டே இருப்பாய் பச்சைப் பசுந்தமிழர்
தேடிக்கொண்டே இருப்பார் தென்பாங்கை உன்பால்!
அசையா மகிழ்ச்சி அடைகநீ! உன்றன்
இசைமழையால் இன்புறுவோம் யாம்!

95. SKYLARK

Is it the sky that sings?
Or the moon in the sky?
Or the humming bee?
Even thunder becomes sweeter
To please our ears?

Is it like a Tamil musician
Playing flute from an aeroplane?
Is it a sweet song of a lovely girl?
I was posing myself these questions

When I was in a jubiliant mood
A skylark appeared before me
Flooding its waves of music
To my unbelieving eyes

O! Skylark
With your beautiful wings
And glittering black eyes
Sing your eternal songs
Flying in the dizzy heights
The Tamils will always
Seek your sweet melodies
Be happy, sweet bird!
We will drench ourselves
In your melody forever

96. அணில்

கீச்சென்று கத்தி - அணில்
 கிளையொன்றில் ஓடிப் - பின்
வீச்சென்று பாய்ந்து தன் காதலன் வாலை
வெடுக்கென்று தான் கடிக்கும்

ஆச்சென்று சொல்லி - ஆண்
 அணைக்க நெருங்கும் - உடன்
பாய்ச்சிய அம்பென கீழ்த்தரை நோக்கிப்
பாய்ந்திடும் பெட்டை அணில்!

மூச்சுடன் ஆணோ - அதன்
 முதுகிற் குதிக்கும் - கொல்லர்
காய்ச்சும் இரும்பிடை நீர்த்துளி ஆகக்
கலந்திடும் இன்பத்திலே.

ஏச்சுக்கள் அச்சம் - தம்மில்
 எளிமை வளப்பம் - சதிக்
கூச்சல் குழப்பங்கள் கொத்தடி மைத்தனம்
கொஞ்சமும் இல்லை அங்கே!

96. SQUIRREL

The squirrel is screeching
Climbing upon a tree and
Suddenly pouncing on her lover
To bite its tail with a pinch

"Love! Love!" thus her lover cajoles
And fondly comes near to hug her
But she darts away from her mate
In love-sulks

He breathes heavily
And mounts on happily!
Like water drops on red-hot iron
Lost in eternal bliss unknown!

They are simple and content!
Fights and frauds are not their intent!
Pandemonium, bickering, bondage and fear
Never find a place around here!

97. சிரித்த முல்லை

மாலைப் போதில் சோலையின் பக்கம்
சென்றேன், குளிர்ந்த தென்றல் வந்தது
வந்த தென்றலில் வாசம் கமழ்ந்தது
வாசம் வந்த வசத்தில் திரும்பினேன்
சோலை நடுவில் சொக்குப் பச்சை
பட்டுடைப் பூண்டு படர்ந்து கிடந்து
குலுக்கென்று சிரித்த முல்லை
மலர்க்கொள கண்டேன் மகிழ்ச்சிகொண் டேனே!

98. சிட்டுக் குருவி

இத்தனைச் சிறிய சிட்டு! நீ பார்!
எத்தனைச் சுறுசுறுப்பு! தம்பி
குத்தின் நெல்லைத் தின்று நம் வீட்டுக்
கூரையில் குந்தி நடந்திடும் பாட்டு

கொத்தும் அதன்மூக்கு முல்லை அரும்பு
கொட்டை பிளந்திடத் தக்க இரும்பு!
தொத்தி இறைப்பினில் கூடொன்று கட்டும்
கூட்டை நீ கலைத் தாலது திட்டும்!

97. JASMINE SMILES

I visited a garden one evening
The southern wind blew in
Breezing flowery fragrance!
I turned to where the fragrance came
There amidst the bower I saw
A full-blown jasmine flashing her smile
In a garb silken smooth and gorgeous green!
Overjoyed was I indeed!

98. SPARROW

You see sweet little sparrow
A teeny-weeny busy bird!
Hopping up and down!
To eat its meal of rice
Singing its merry songs
Settled on the roof top

Its sharp little beak
Is like a jasmine bud
Yet, strong as steel
To pierce his nuts
It builds its cosy nest
Under the roof of houses
If you touch it, it will cry

99. வேப்ப மரத்திற்குக் குடிக்கூலி

வீட்டுக் கொல்லையில் ஒரு காக்கா
வேப்ப மரத்தில் தன் மூக்கால்
கூட்டைக் கட்டித் தீர்த்தவுடன்
குப்பன் அதையே பார்த்தவுடன்
கூட்டைக் கெடுக்கத் தூண்டினான்
வீட்டுக் காரர் சீறினார்
வேண்டாம் என்று கூறினார்

அரிதாய் முட்டை இட்டது
அப்புறம் குஞ்சு பொறித்தது
பெரிதாய் குஞ்சு பறந்தது
சுருக்காய் கூட்டைக் கலைத்தார்கள்
சுள்ளிகள் பஞ்சுகள் எடுத்தார்கள்
சரியாய் நூறு ரூபாயின்
தாளும் கண்டு மகிழ்ந்தார்கள்!

99. RENT FOR NEEM TREE

A crow was building its nest
In the neighbour's neem tree
A little boy watching it for a while
Rushed to the neighbour and said
"Sir, there's a crow's nest on your neem tree
Will you please dismantle it?"
The neighbour was outraged
"Dismantle a crow's nest!
How could you think of such a cruel thing!
No, go away, wicked boy" he said

The crow finished its nest
Laid its eggs and hatched them
The young ones grew up soon
They learnt to fly and flew away
The nest was abandoned
Then it was dismantled
Among a lot of twigs and cotton wool
They found in the nest a currency note

VII. சுதந்திரம்

100. சுதந்திரம் உயிரின் இயற்கை

மெத்தை வீட்டு வெள்ளை நாய்
வீட்டு வாசற் படியிற்போய்க்
கத்திக் கொண்டே சற்று நின்று
கறுப்பு நாயை வா என்று
கத்திக் கத்திக் கூவிற்று
கறுப்புத் தெருநாய் போயிற்று
"மெத்தை வீட்டில் வசிக்கின்றாய்
வேளைக் கென்ன புசிக்கின்றாய்?"
என்று கறுப்பு வெள்ளையுடன்
இளித்துக் கொண்டே சொன்னவுடன்
"ஒன்றும் இங்கே குறை இல்லை
உரைப்பேன் கேட்பாய் என் சொல்லை
அன்றன்றைக்கும் பாற் சாதம்
அப்பம் ரொட்டிநவநீதம்
பன்றியைப் போல் வீங்குகின்றேன்
பட்டு மெத்தையில் தூங்குகின்றேன்
இருப்பாய் நீயும் என்னோடே"
என்றது வெள்ளை அன்போடே!
காதால் கேட்ட கறுப்புதான்
"கழுத்தில் கூடுவாய் இருப்பதேன்?
ஏதோ சொல்வாய்" என்றதே!
இளித்துக் கொண்டே நின்றதே!
"ஏதாகிலும் செய்யாமல்
எனது கழுத்து நையாமல்
காதோ ரத்தில் வார் கொண்டு
கட்டிவைக்கும் கூடுவுண்டு"
அதனைக் கேட்ட கறுப்புதான்
"அடிமையாய் நீ இருப்ப தேன்
கதிதான் கெடநீ நடப்பதா?

VII. FREEDOM

100. FREEDOM IS INNATE

The white dog of the mansion
Came to the door and barked
To a black stray dog in the street
The black dog came and said with a grin
'You live in a mansion so beautiful!
What is your daily food?'
The white dog replied bloated with pride
'Nothing is wanting here for me
O, you black listen to me
I daily have good meals and milk
Sumptuous bread and mutton piece
And fatten myself like a pig
You too come and stay with me
The black dog heard and asked the white
What's that looks like a scar round the neck?
A shy answer the white dog gave
To prevent me from playing pranks
To save my neck from being crushed
They put a strap around my neck
Why do you live a servile life?
Should you pawn your self-respect

கட்டுப் பட்டுக் கிடப்பதா?
சதிராய் உன்னிடம் அண்டேனே!
சதையில் ரத்தம் கண்டேனே!''
இதனால் அஞ்சி ஓடுதுபார்!
இன்னும் ஓடுது ஓடுதுபார்!

101. சுதந்திரம்

தித்திக்கும்பழம் தின்னக் கொடுப்பார்
மதுரப் பருப்பு வழங்குவார் உனக்குப்
பொன்னே! மணியே! என்றுனைப் புகழ்வார்
ஆயினும் பச்சைக் கிளியே அதோபார்!
உன்னுடன் பிறந்த சின்ன அக்கா
வான வீதியில் வந்து திரிந்து
தென்னங் கீற்றுப் பொன்னூசல் ஆடிச்
சோலை பயின்று சாலையில் மேய்ந்து
வானும் மண்ணுந்தன் வசத்திற் கொண்டாள்!
தச்சன் கூடுதான் உனக்குச் சதமோ?
அக்கா அக்கா என்றுநீ அழைத்தாய்
அக்கா வந்து கொடுக்கச்
சுக்கா மிளகா சுதந்திரம் கிளியே?

To indulge in such luxury vain?
No, I dare not live with you
I see the blood scar on you
The black replied and ran in fear
Faster and Faster

101. FREEDOM

They give you dainty fruits and delicious nuts
And praise you, "My darling, my precious diamond!"
But poor parrot! Look there! your sweet loving sister
Flies through the sky's streets and swings high
On the golden leaves of the coconut tree
Roves in the garden, moves in the street
And has the world and the sky for her own
Is the carpenter's cage your abode for ever?
You call her often "Sister! Oh my sister!"
Is it ginger or pepper for your sister to give?
It is sweet liberty, dear parrot!

102. கொடிய ஆட்சி

என்ன உரிமைஇது யாருக் குரிமை?
　ஏதும் விளங்கவில்லை நாட்டு மக்களே
சின்ன நினைவுகளும் தீய செயலும்
　தீர்ந்திடக் கண்டதில்லை நாட்டு மக்களே!
இன்னல் அடைகின்றனர் நாட்டின ரெல்லாம்
　இன்பம் அடைகின்றனர் ஓரி னத்தவர்
என்ன உரிமைஇது யாருக் குரிமை?
　ஏதும் விளங்கவில்லை நாட்டு மக்களே!

விடுதலை என்றனர் நாட்டுமக்களே - அந்த
　விடுதலை யாருக்கு நாட்டு மக்களே
கெடுதலை உங்கட்கு நாட்டு மக்களே - ஒரு
　கீழ்நிலை உங்கட்கு நாட்டு மக்களே!
விடுதலை அடைந்தவர் ஓரினத்தவர் - உம்மை
　விழுங்கிடத் தடையில்லை அன்ன வருக்கே?
இடுதலைத் தம்மவருக் கிடுத லின்றி - ஓர்
　இம்மி இடுவதுண்டா உங்களுக் கெலாம்?

என்னருந்தி ராவிட நாட்டு மக்களே - இங்
　கேழ்மை உமக்குரிமை இன்பம் அவர்க்காம்!
மன்னர் தமைநிகர்ந்த அதிகாரம் - மற்றும்
　வாழ்வை உயர்த்துகின்ற பேரலுவல்கள்
இன்ன பிறவுமவர் தமக்குரிமை - இங்
　கீடழிந் திடல்மட்டும் உமக்குரிமை!
என்ன உரிமைஇது நாட்டுமக்களே?
　இன்பத் திராவிட நாட்டு மக்களே!

102. WICKED RULE

They speak of freedom
But freedom for whom?
And what kind of freedom?
We are not yet free
From meanness and malice
While many suffer, a few prosper
Is this freedom?

Dear countrymen!
They profess freedom
But instead of freedom
Sickness and suffering are your lot
Only the privileged few are really free
And nothing restricts them to swallow you
They give everything to their own people
Not a crumb they leave to you

Dear countrymen!
Poverty has become your birthright
And prosperity theirs
They enjoy power and position
All privileges are theirs
But wretchedness alone is ours
What kind of freedom is this
My dear countrymen ?

VIII. காதல்

103. தலைவி காதல்

சோலையிலோர் நாள் எனையே
தொட்டிழுத்து முத்தமிட்டான்
துடுக்குத் தனத்தை என்சொல்வேன்
மாலைப் பொழுதில்இந்த மாயம்புரிந்த செம்மல்
 வாய்விட்டுச் சிரித்துப் பின்
 போய்விட்டானடி தோழி!

ஓடி விழிக்கு மறைந்தான் - ஆயினும் என்றன்
உள்ளத்தில் வந்து நிறைந்தான்!
வேடிக்கை என்ன சொல்வேன்
மின்னல்போல் எதிர் நின்றான்!
 வேண்டித் தழுவச் சென்றேன்
 தாண்டி நடந்து விட்டான்!

அகம் புகுந்தான் சேயோ - அவனை எட்டி
அணைக்க வழிசொல் வாயோ!
சுகம் பெறும் அவன் அன்று தந்த துடுக்குமுத்தம்!
 சக்ரவாகம் போல்வந்தான்;
 கொத்திப்போக மறந்தான்!

VIII. LOVE

103. HEROINE'S LOVE

O, friend!
In the garden one day
He hugged me and kissed me
How can I describe his naughtiness?
After casting a spell that evening
He laughed aloud and disappeared!

He disappeared into my eyes
And filled my heart
It is a strange wonder!
He appeared before me like lightning
But when I eagerly advanced to embrace
He walked away swiftly

He has entered my heart
O my friend, won't you tell me
A way to hold him in my arms
His naughty kiss is worth the world
He came before me like a kingfisher bird
But forgot to snatch me away alas!

104. அன்பு

அன்பை வளர்த்திடுவாய் - மெய்
யன்பை வளர்த்திடுவாய்!

கூடப் பிறந்த குழந்தை யிடத்தினில்
கொஞ்சுதல் அன்பாலே! உற
வாடி அம்மாவை மகிழ்ந்த மகிழ்ச்சியும்
அன்பின் திறத்தாலே!

தேடிய அப்பத்தில் கொஞ்சத்தை இன்னொரு
சின்னவனுக்குத் தர - நீ
ஓடுவ துண்டெனில் கண்டிருப்பாய் உன்
உள்ளத்திருந்த அன்பை!

கன்றையும் ஆவையும் ஒன்றாய் இணைத்தது
கருதில் அன்பன்றோ?
உன்னையும் உன்னரும் தோழர்கள் தம்மையும்
ஒட்டிய தன்பன்றோ?

சென்னையி னின்றொரு பேர்வழி வந்ததும்
சிட்டுப் பறந்ததுபோல் - நீ
முன்னுற ஓடஉன் உள்ளம் பறந்ததும்
முற்றிலும் அன்பன்றோ?

104. LOVE

O my child, cultivate love
Cultivate true love

It is love that makes you
Fondle your baby-sister
Hug your mother with love
And make her happy

Don't you hasten
To share your cake
With love in your heart
To your little brother?

It's love that binds
The cow and the calf
It's love that makes you
Hold hands with your friends

It's love that makes you
Run like a sparrow
Welcome your guest from Chennai
With eagerness to your home

105. திருமண வாழ்த்து

ஒருமன தாயினர் தோழி -இந்தத்
திருமண மக்கள் என்றும் வாழி
பெருமன தாகி இல்லறம் காக்கவும்
பேறனப் படும்பதி னாறையும் சேர்க்கவும்

மருமலர்த் தார்புனை மார்பனோடும்!
மழைபோற் கூந்தல் அழகன்னப் பேடும்!
வருவார்என அந்தப் பஞ்சனை தேடும்!
வந்து வரைவார் இன்ப இலக்கிய ஏடும்!

இந்தநாள் போல எந்தநூற் றாண்டும்
இன்பம் எனவே ஒவ்வோர் இமைப்போதும் தாண்டும்!
செந்தமிழ் நாட்டிடைத் தொண்டுகள் யாண்டும்
செயத்தக்க மக்களை இவர்பெற வேண்டும்.

105. WEDDING GREETINGS

O, my companion
May this wedding couple live long
Become one at heart have they,
A lofty vision embracing
A life of domestic felicity
And all the sixteen good fortunes to secure

He, with a garland adorning his manly chest
She with the beauty of a she-swan and tresses
Cascading, the nuptial bed awaits
Soon they will have their pleasure
With a flair delightful

May every fleeting moment fetch them joys
Like today for hundred years to come
May they bring forth offsprings
And pristine Tamil Land serve in every way

106. அவள் முகவரி தேவை

தகவல் தெரியவில்லை - அவளின்
முகவரி அறிந்துவா ஒற்றா!
அகல நெற்றி நிலாப்பிறை! கண்கள்
அப்பட்டம் ஒப்பற்ற நீலம்!

முகம், அன்றலர்ந்தசெந் தாமரை! - எழில்
முத்தைப் பழித்த பற்கள்!
தகு மேனிபத்தரை மாற்றுத் தங்கம் - அவள்
சரிகுழல் மலையின்வீழ் அருவி!
புகை வண்டியில் என் மேற் புன்னகை
பொழிந்து நடுவே இழிந்து போனாள்.

எதிரில்வந் தமர்ந்தாள் அப் பாவை - அடடா
அதைவிட எனக்கென்ன தேவை?
சிதைந்தது முதற்பார்வை! - காதற்
சிரிப்போடு பார்த்தாள் பிற்பாடு!
மிதந்து வந்த தங்கத் தோணி எனைவிட்டு
மறைந்தது! காதல் வெள்ளத்தில் நொந்தேன்

சென்ற புகைவண்டி நில்லாது சென்றால் - அங்கே
தெரிவை இறங்கா திருப்பாள் - நானோ
தின்றால் உயிர்வாழ்வேன் கொல்லிமலைச்
செவ்வாழைக் கனிச்சுவை இதழை!
அன்னவள் என்னுளத் தழுத்திய உருவின் - நல்ல
அடையாளப்படி தேடிவா!

106. I NEED HER ADDRESS

No news from her
Go you then, my spy
And find for me her address
Crescent moon is her broad forehead
Matchless are her clear blue eyes

New bloomed red lotus is her face
Her teeth would put the peerless pearls to shame
Pure golden hued is her body
Her flowing hair is a cascade
She smiled at me as she got down
From the train and went past me

Facing me that damsel
O! what more do I need ?
At first she cared little for me.
Then she smiled at me with her love-laden eyes
The golden boat that came floating towards me
Disappeared without a trace
Leaving me to struggle in the flood of love

Had the train moved on without a halt
That damsel would not have stepped out
I doubt if I can live, unless I taste of her lips
As sweet as the red banana of Kolli Hills
Go you then and find out the belle
Who left on my mind her indelible image

107. இருவர் காதல்

எனக்கும் உன்மேல்   விருப்பம்! - இங்
குனக்கும் என்மேல்   விருப்பம்!
எனக்கு நீதுணை   அன்றோ? - இங்
குனக்கு நான்துணை   அன்றோ? - அத்தான்

இனிக்கும் என்செயல்   உனக்கும் - இங்
கெனக்கும் உன் செயல்   இனிக்கும்
தனித்தல் உனக்கும்   எனக்கும் - நொடி
நினைப்பின் வருத்தம்   மனத்தில் - அத்தான்

விழி தனிலுன   தழகே - என்
அழ கிலுனது   விழியே
தொழுத பிறகுன்   தழுவல் - நான்
தழுவிப் பிறகுன்   தொழுதல் - அத்தான்

நீ உடல்! உயிர்   நானே - நாம்
நிறை மணமலர்   தேனே
ஓய்விலை நம   தன்பும் - இங்கு
ஒழிவிலை   பேரின்பம் - அத்தான்

107. MUTUAL LOVE

I love you, sweetheart
And you too love me
I need you, beloved
And you need me

You rejoice in me, dear
And I in you.
Parting is unthinkable
For both of us

Your beautiful image fills my eyes
And your eyes are filled with mine
I worship you and then embrace you
You worship me after my embrace

You are body, I am soul
We are nectar and fragrance put together
No end to our love and
No end to our blissful joy

108. இன்னும் அவர் வரவில்லை

இன்னும் அன்பர் வரவில்லை
ஏன் மறந்தார் சொன்ன சொல்லை?
பொன்னொளி வீசிய வெய்யில் மறைந்தது
கன்னங் கறேலென்று மாலை பிறந்தது

கன்று தலைதூக்கிஅ ம்மா என்றது
காலிவிரைந் தேபசு தொழுவத்திற் சென்றது
நன்மாதர் செங்கை விளக்கேந்தி நின்றது
நல்ல பறவை உறங்க முயன்றது

வீட்டுத்தலைவர் கடைகட்டி வந்தார்
மெல்லிடை யார்வர வேற்று மகிழ்ந்தார்
நாட்டீர் விருந்துண்க என்று மொழிந்தார்
நல்லுண வுண்டபின் கண்கள் அயர்ந்தார்

108. HE IS YET TO COME

He is yet to come
Why did he forget his promise?
The golden light of the sun is gone
Black darkness has set in
But he is not yet home

The calf lifts its head and moos
The mother cow hurries into the shed
Women light their evening lamps
Birds are back at their nests
But he is not yet home

Other men are closing their shops
Their wives welcome them with joy
They have their dinner and go to sleep
But my beloved is not yet home

109. அவள் யார்?

ஓர்நிலவே அவள்தானே கதிர்தானோ?
கொம்புத் தேனோ? - நடை
ஓவியமோ? புள்ளி மானோ? - வேண்டும்

நேயத்திலே நெஞ்சம் தோயும்போதில் - புதிதாய்
நேரிட்ட இன்பத்தேன் ஊற்றோ? -வந்து
நெஞ்சைத் தொடும்குளிர் காற்றோ?

மாணிக்கச் சிரிப்புக் காரியோ? - நெஞ்சை
மகிழ்விக்கும் வானம் பாடியோ?
ஆணிப் பொன்னேஅவள் மேனியோ? -மொழி
அனைத்தும் தித்திக்கும் சீனியோ?

ஆடும் மயிலோ? பாடும் குயிலோ? - படம்விரித்
தாடும் மயிலோ? பாடும் குயிலோ?

நாடும் அகப்பொருளி னுக்கே - அவள்
நல்லதோர் இலக்கியமோ?

தேடரிய கலைப் பொருளோ? - அருமைச்
செந்தமிழின் இன்சுவையோ?

109. WHO IS SHE ?

Is she the moon, the sun?
The honeycomb on branch?
Is her gait a painting or a spotted dear?
Surely it must be

The heart gets immersed in love
Is she the fountain of honeyed bliss ?
Is she the cool wind caressing the heart ?

Is she the one of a ruby's smile?
Or a skylark enthralling the heart?
Is her body one of choicest gold?
Are her words are sweet honey?

Is she the peacock dancing or the cuckoo singing?
The dancing peacock with feathers spread?

Is she an exemplary theme?
Of literature desired much?

Is she an artefact rare to find?
Is she a delicacy of Classic Tamil?

110. சிரிக்கும் உதடுகள்

சிரிப்பைக் கொண்டு செய்த உதடு
சிரித்துக் கொண்டே இருந்தது - பாங்கனே!
சிரித்துக் கொண்டே இருந்தது

ஒரு திங்களாய் உன் முகம் காணேன் என்றாள் - நான்
ஒன்றுமே சொல்லாமல் ஊமைபோல் நின்றேன்
உருவப் படம்கேட்டேன் தரவில்லை என்றாள்;
ஓகோ நானதை மறந்தேனே என்றேன்

அரிவை உள்ளம் அழுதுகொண் டிருந்ததெனினும்
சிரிப்பைக் கொண்டு செய்த உதடு
சிரித்துக் கொண்டே இருந்தது - பாங்கனே!
சிரித்துக் கொண்டே இருந்தது!

உனைக்காணா திரவில் தூங்கிடேன் என்றாள் - உனை
ஒருநொடி யேனும் பிரிந்திடேன் என்றாள்
எனக்குப் பிறநாட்டில் வேலையுண் டென்றேன்
இரண்டு திங்களில் வரேனென்று சொன்னேன்

புனைபாவை உள்ளம் அழுதுகொண் டிருந்ததெனினும்
சிரிப்பைக் கொண்டு செய்த உதடு
சிரித்துக் கொண்டே இருந்தது - பாங்கனே!
சிரித்துக் கொண்டே இருந்தது!

110. SMILING LIPS

Lips made of smiles
Continued to smile
O, Friend! continued to smile

"It's a month since I saw you,"
Said she "I stood dumb bound"
"Photograph I asked for is yet to reach me," said she
But I said, "I have forgotten"

Her heart felt the pangs
Still her lips made of smiles
Continued to smile
O friend! Continued to smile

"Sleepless I am if you don't show up"
Said she , "Not a moment could I be away from you"
"I must be away at work," said I
"I can't come for a couple of months"

Her heart felt the pangs
Still her lips made of smiles
Continued to smile- O friend!

111. பிறக்க முடியாது

பிறக்க முடியாதடி
உன்னைப் போல் ஒருத்தி
பெண்ணழர் கால்இந்த
மண்ணரசான இனிப்
பிறக்க முடியாதடி
உன்னைப்போல் ஒருத்தி
மறக்கவும் முடியாது

கண்ணே உன் முகத்தையும்
வாரி ஒளிவீசும்
நனைமுத்துச் சரத்தையும்
இறக்கவும் முடியாதே
உனைப் பிரிந்தே னென்றே
பிறக்க முடியாதடி
உனைப் போல் ஒருத்தி!

பறக்கவும் முடியாது
நீ எனை விட்டே
பச்சைமயி லேவாஎன்
வாழ்வின்பொ ருட்டே
திறக்கவேண்டும் என்வாய்
என்நலம் கோரி
தென்னாடு பெற்றஎன்
கிளிப்பேச்சுக் காரி
பிறக்க முடியாதடி
உனைப்போல் ஒருத்தி!

111. NONE LIKE YOU EVER BORN

O! my sweetheart
No one else like you will be ever born
To sway this earth with feminine charm
There is no one else born like you

I can neither forget your lovely face
Nor pearly smile lighting up your face
I can neither afford to die losing you
Nor can I live away from you
No one else like you has ever been born

You cannot flee from me darling
Come let us live to love together
Let your lips open to give me hope
O! my parrot darling of the south

112. அவன் பார்த்தால் என்ன?

திரும்பிப் பார்த்தால் என்ன?
விரும்பிப் பார்த்த என்னை அவன்
திரும்பிப் பார்த்தால் என்ன?

பெரியவேலை உள்ளவன்போலே
   பெண்ணை வெறுத்தவன் போலே
அரும்பும் சிரிப்பை அடக்கிச் சென்றான்
   அசையும் தேரைப்போலே - அவன்
         திரும்பிப் பார்த்தால் என்ன?

குன்று சார்ந்த நாடும் வீடும்
   கொடுவென்று கேட்டேனா? - நான்
சென்று வழியை மறித்துச் சிரித்து
   மடியில் கைபோட்டேனா? - அவன்
         திரும்பிப் பார்த்தால் என்ன?

மானென்றும்ஒரு மயிலென்றும்எனை
   அழைக்கச் சொன்ன துண்டா? - எனை
ஏன்என் றொருசொல் சொன்னால் உள்ளம்
   ஒடிந்திடுமோ துண்டா? - அவன்
         திரும்பிப் பார்த்தால் என்ன?

சதையில் மெருகும் முகத்தில் அழகும்
   தாங்கிச் சென்றான் கொடியன் - நான்
அதிலே கொஞ்சம் இதிலே கொஞ்சம்
   அள்ளிக் கொள்ளவா முடியும் - அவன்
         திரும்பிப் பார்த்தால் என்ன?

112. WHY CAN'T HE LOOK AT ME?

What would it cost him
To turn back and look at me
Who loves him most?
Why can't he look at me?

As tho', he is busy at work and hates women
He walked off swaying like the temple car
Hiding his smile
Why can't he look at me?

Did I ask him for a gift of land
Or a house beside a hill?
Or did I ever stand on his path
Laughing and flirting?
Why can't he look at me?

Did I ever ask him
To call me a deer and peacock
Why won't he utter
A word of comfort or hope?
Will it offend his pride?
Why can't he look at me?

He has fine complexion
And handsome face
Does he think he will lose his looks
If he looks at me
Why can't he look at me?

113. பொழுது விடியவில்லை

பொழுதும் விடியவில்லை
    பொற்கோழி கூவவில்லை
வழிபார்த்த விழியேனும்
    மறந்தும் உறங்கவில்லை
பழிகாரன் வருவது திண்ணமா? - இல்லை
    பாவை என்னைக் கொல்ல எண்ணமா?

விளக்கிலும் நெய்இல்லை
    வெள்ளி முளைக்கவில்லை
களம் காப்பவன் குறட்டை
    காதுக்குப் பெருந்தொல்லை
இளக்காரம் இத்தனை ஆயிற்றோ? - காதல்
    ஏரியின் நீர்வற்றிப் போயிற்றா?

கிளியும் விழிக்கவில்லை
    கிட்ட எவரும் இல்லை
உள்ளத்தில் அமைதிஇல்லை
    உறவும் அழைக்கவில்லை
துளிஅன்பும் என்மட்டில் பஞ்சமா? - என்
    தோழன் தனக்கிரும்பு நெஞ்சமா?

மறக்க முடியவில்லை
    வாழ்வில் மகிழ்ச்சிஇல்லை
இறக்கவும் மனம் இல்லை
    இருந்திடில் இந்தத் தொல்லை
பெறத்தகு மோஅவன் வரவு? - வரப்
    பெற்றால் கழியும் இந்த இரவு!

113. YET TO DAWN

It is yet to dawn
The cock is yet to crow
Eyes glued to the path
Didn't sleep a wink even by mistake
Will my heartless lover come ?
Or will he kill me by his absence?
The lamp has drained its oil

The morning star is yet to show up
The snoring of the security guard
Is jarring to my ears
Am I to be treated with such indifference?
Did the lake of love dry up?

The caged parrot is yet to wake up
None is around me
And restless goes my mind
Relatives are shunning me
Is love so scarce to me?
Iron hearted is my lover

Oh! I can't forget him
And my life is devoid of joys
I've no mind to die
Living is painful yet I have no mind to die
I long for his coming and if he comes
This never ending night will end

114. நீ எனக்கு வேண்டும்

வானுக்கு நிலவு வேண்டும்
வாழ்வுக்குப் புகழ் வேண்டும்
தேனுக்குப் பலாச்சுளை வேண்டும்- என்
செங்கரும்பே நீ எனக்கு வேண்டும்!
மீனுக்கு பொய்கை வேண்டும்
வெற்றிக்கு வீரம் வேண்டும்
கானுக்கு வேங்கைப்பபுலி வேண்டும்- என்
கண்ணாட்டியே நீ எனக்கும் வேண்டும்!

வாளுக்குக் கூர்மை வேண்டும்
வண்டுக்குத் தேன் வேண்டும்
தோளுக்குப் பூமாலை வேண்டும்-அடி
தோகையே நீ எனக்கு வேண்டும்!
நாளுக்குப் புதுமை வேண்டும்
நாட்டுக்கே உரிமை வேண்டும்
கேளுக்கே ஆதரவு வேண்டும்-அடி
கிள்ளையே நீ எனக்கு வேண்டும்!

114. I NEED YOU

The sky needs the bright moon
Life needs great renown
Honey needs jackfruit
And, my dear! I need you!
Fishes need cool ponds
Victory needs valour
Woods need wild tigers
And, my darling! I need you!

Swords need sharp edges
Bees need sweet honey
Shoulders need soft garlands
My dear peacock! I need you!
Day needs pleasing freshness
Land needs pristine freedom
Love needs pure friendship
And my parrot! I need you

115. கதவு பேசுமா?

காதல் துரத்தக் கடிதுவந்த வேல்முருகன்
ஏதும் உரையாமல் இருவிரலை வீட்டுத்
தெருக்கதவில் ஊன்றினான். "திறந்தேன்" என்றோர் சொல்
வரக்கேட்டான். ஆஆ! மரக்கதவும் பேசுமோ?

"என்ன புதுமை" எனஏங்க, மறுநொடியில்
சின்னக் கதவு திறந்த ஒலியோடு
தன்னருமைக் காதலியின் தாவுமலர்க் கைநுகர்ந்தான்!
புன்முறுவல் கண்டுள்ளம் பூரித்தான். "என்னேடி

தட்டுமுன்பு தாழ்திறந்து விட்டாயே" என்றுரைத்தான்
விட்டுப் பிரியாதார் மேவும்ஒரு பெண்நான்
பிரிந்தார் வரும்வரைக்கும் பேதை, தெருவில்
கருமரத்தாற் செய்த கதவு

116. அவள் அழகு

வஞ்சிக்கொடி போல இடை
அஞ்சத்தகு மாறுளது
நஞ்சுக்கிணையோ! அலது
அம்புக்கிணையோ! உலவு
கெண்டைக்கிணையோ! கரிய
வண்டுக்கிணையோ! விழிகள்
மங்கைக்கிணை ஏதுலகில்?

115. WILL THE DOOR SPEAK?

Love-driven lover came anon
In silence he pressed the door
He heard a voice that said
"I have opened"
"What! Can the wooden door speak!

"What marvel is this?", as he mused thus
The little door clanged open and he saw
The leaping flower-hand of his beloved
His heart rejoiced at her smile and he said:

"You unlocked the door before I knocked"
Uttered her dear husband
"I am like the door of blackwood in the doorstep
Waiting for my beloved life partner"

116. HER BEAUTY

Her waist is like a tender creeper
Alluringly tempting
Her beautiful eyes
Are they like killing poison?
Or are they like arrows?
Or are they like fish?
Or are they like the dark beetles
No match for her in this world

117. சொல்லும் செயலும்

சொல்வதென்றால் வெட்கமடிதோழி - சொல்லச்
சொல்லுகின்றாய் என்துணைவன்
சொன்னதையும் செய்ததையும்

முல்லைவிலை என்ன என்றான்
இல்லைஎன்று நான் சிரித்தேன்
பல்லைஇதோ என்று காட்டிப்
பத்துமுத்தம் வைத்து நின்றான்

பின்னலைப் பின்னே கரும்பா மென்றான் -உடன்
பேதை துடித்தேன் அணைத்து நின்றான்
கன்னல் என்றான் கனியிதழைக்
காதல்மருந் தென்று தின்றான்

நிறையிருட்டில் ஒருபுதிரைப் போட்டான்
நிலவெறிப்ப தென்னவென்று கேட்டான்
குறைமதியும் இல்லை என்றேன்
குளிர்முகத்தில் முகம் அணைத்தான்

117. WORD AND DEED

I feel sigh to narrate, O friend!
You bid me say what my partner said and did

He asked me "What is the price of jasmine?"
"Nothing", said I and laughed
Pointing to the teeth he said "Here they are!"
And he kissed me ten times

Pointing to my plaited hair he said
"The black serpent behind you!"
At this, I trembled and he hugged me close
He called my fruit-like lips sugarcane
Calling it cure for his lovesickness

In dense darkness he plied with a riddle
"Wherefore does it shine- the moon?" said he
I said "Even the crescent isn't there"
He then pressed his face on my cool face

118. வண்டிக்காரன்

அதோ பாரடி அவரே என்கணவர்!
அதோ பாரடி!
புதுமாட்டு வண்டி ஓட்டிப்
போகின்றார் என்னை வாட்டி!

இருப்பவர் உள்ளே முதலாளி செட்டி
ஏறுகால் மேல்தானென் சர்க்கரைக் கட்டி
தெரிய வில்லையோடி தலையில் துப்பட்டி?
சேரனே அவர்என்றால் அதில்என்ன அட்டி?

ஐந்து பணத்தினை என்னிடம் தந்தார்
அழல்சாயும் முன்னே வரவு மிசைந்தார்
அந்தி வராவிட்டால் பெண்ணே இந்தா
"ஆசைமுத்தம்" என்று தந்து நடந்தார்!

118. CARTMAN

Hello! My girl! Behold him!
There goes my husband
Who is driving the new bullock cart
Causing suffering to me

Seated inside is the rich landlord
But on the yoke is seated my lover
Don't you see the turban on his head?
Who would doubt
Even if he were called a Chera king?

Five coins he gave me as he left
Promised his early return before sunset
Take my loving kiss now itself
If I fail to return in the evening
Saying this he planted a kiss and walked away!

119. தபால்காரன்

வருகின்றார் தபால்காரர்-கடிதம்
தருகின்றாரோ இல்லையோ?
வருகின்றார் தபால்காரர்!

தருகின்றார் கடிதம் எனினும் அதுஎனக்
குரியதோ என்தந்தைக் குரியதோ
வருகின்றார் தகால்காரர்!

வரும் அக்கடிதம் அவர் வரைந்ததோ
மாமியார் வரைந்ததோ?
திருமணாளர் வரைந்த தாயினும்
வருவதாய் இருக்குமோ இராதோ
வருகின்றார் தபால்காரர்!

அன்பர் அவர் வருவதாயினும்
ஆடி போக்கியோ விரைவிலோ
இன்று போதல்நூ றாண்டு போதலே
அன்றி நாளைஎன் பதுவென் சாதலே
வருகின்றார் தபால்காரர்!

119. POSTMAN

The postman comes
Whether he delivers letters or not
The postman comes!

Whether there is a letter
For me or for my father
The postman comes!

Was that written by him or
By my mother-in-law?
Whether the letter comes or not
The postman comes!

Whether my beloved returns
Sooner or later
A day's passing is like a century
It is my death if his return is postponed

120. நானும் அவளும்

நானும் அவளும்! உயிரும் உடம்பும்
நரம்பும் யாழும், பூவும் மணமும்
தேனும் இனிப்பும், சிரிப்பும் மகிழ்வும்
திங்களும் குளிரும், கதிரும் ஒளியும்!

மீனும் புனலும், விண்ணும் விரிவும்,
வெற்பும் தோற்றமும், வேலும் கூரு,
ஆனும் கன்றும், ஆறும் கரையும்
அம்பும் வில்லும், பாட்டும் உரையும்!

அவளும் நானும் அமிழ்தும் தமிழும்
அறமும் பயனும், அலையும் கடலும்
தவமும் அருளும், தாயும் சேயும்
தாரும் சீரும், வேரும் மரமும்!

அவலும் இடியும், ஆலும் நிழலும்;
அசைவும் நடிப்பும், அணியும் பணியும்
அவையும் துணிவும், உழைப்பும் தழைப்பும்
ஆட்சியும் உரிமையும், அளித்தலும் புகழும்!

120. SHE AND I

Like body and soul, harp and strings
Flower and fragrance, honey and sweetness
Laughter and happiness, moon and coolness
Sun and light,
She and I are

Like fish and water, sky and vastness
Hill and steepness, spear and sharpness
Cow and calf, song and sense
She and I are!

Like nectar and Tamil, ethics and effects
Waves and seas, penance and grace
Mother and child, wreath and wealth
Tree and root, she and I are

Like rice flakes and batter, tree and shade
Dance and movement, force and function
Assembly and valour, work and progress
Rule and rights, giving and glory
She and I are!

121. அவள்

பாருக்கோர் புதுமை
மாதர்க் கரசியவள்
பார்க்கும் பார்வை தன்னிலே - வந்து
பாயும் காதல் மின்னலே!

அவள் வார்த்தை ஒவ்வொன்றுமே
நேர்த்தி மட்டுமல்ல!
நறுக்கிப் பிழிந்தநற் கன்னலே!

நேருக்கு நேரிரண்டு
கெண்டை கண்டேன் நெற்றி
நீராழி மண்டபத்தில் - அதற்
கப்புறம் ஓர்புறத்தில் - கடும்
போருக்குப் பாரை
அழைக்க வளைத்தஇரு
புருவங்கண்டேன் திறத்தில்!

பவழமோ கோவைப்
பழமோ மின்னல் பிழம்போ?
பாவை இரண்டு உதடுமே ! - உண்டால்
சாவையும் நீக்கி விடுமே! - அங்கே
தவழும் ஒளிச்சிரிப்பைத்
தான் கண்டால் என்னுள்ளம்
பேரின் பத்தைத் தொடுமே!

நுண் இடையும் அன்னம் போன்ற
நடையும் நிறைமடை
உடையும் அழகின் பெருக்கா? - இவை
கடையில் விற்கும் சரக்கா? - மேல்
உடைஎன்று மின்னுடுத்தி
உலவிடும் தங்கத்தேர்
எனக்கல் லாமல் பிறர்க்கா?

121. SHE

She is a novelty to this world
A princess among women!
In the very glance she throws
A flash of lightning called love!

In each of her words
There is not merely elegance
But also sugarcane juice!

In the mid-tank called forehead
I sighted two fish
Then I saw two dark eyebrows
Challenging the world for a fierce battle

Are her lips red in coral hue?
Or the red fruits of the kovai creeper?
Or are they a column of lightning?
The two lips when drunk
Would render one deathless
The sight of her lustrous smile
Would send me rapturous!

The delicate slender waist
The swan like gait
The attire perfect
Are they the flood of loveliness?
Or are they the commodity sold in shop?
She is like a golden car that moves about
With fine upper garments
Is she for somebody else and not for me?

IX. உழவர்

122. உழவர்

ஏலாது படுக்கும் எண்சாண் உடம்பை
நாலுசாண் அகன்ற ஓலைக் குடிசையில்
முழங்கால் மூட்டு முகம்வரச் சுருட்டி
வழங்கு தமிழரசு வளைத்த வில்லெனக்
'கிடப்பவன்', பகலெல்லாம் கடுக்க 'உழைப்பவன்'
'குடியானவன்' எனக் கூறு கின்றனர்
முடிபுனை அரசரும், மிடிஇலாச் செல்வரும்!
அக்குடியானவன், அரசர் செல்வரோடு
இக்கொடு நாட்டில் இருப்பதும் உண்மை!
அழகிய நகரை அவன்அறிந் ததில்லை
அறுசுவை உணவுக்கு -அவன்வாழ்ந்த தில்லை!
அழகிய நகருக்கு - அறுசுவை உணவை
வழங்குதல் அவனது வழக்கம்; அதனை
விழுங்குதல் மற்றவர் மேன்மை ஒழுக்கம்!

123. உழத்தி

களையெடுக்கின்றாள் - ஒரு
கட்டழகுடையாள் சிற்றிடையாள் - அதோ
களையெடுக்கிறாள்!
வளவயல் தனில் மங்கைமாருடன்
இளங் கரும்பிடைச் செங்கரும்புபோல்
களையெடுக்கிறாள்!

கவிழ்ந்த தாமரை
முகம் திரும்புமா? - அந்தக்
கவிதை ஓவியம்
எனை விரும்புமா?
அவிழ்ந்து வீழ்ந்த கருங்கூந்தலாம்
அருவி நீரில் எப்போது முழுகலாம்?

IX. FARMER

122. FARMER

He can't even stretch his weary limbs
Fully on the floor
Bent like a bow he lies
Huddled inside his tiny hut
Bending like a bow
He sweats and toils throughout the day
The royal and the rich look down upon him
And call him a peasant with a scornful accent
He never visited the town to have a tasty food
But feeds the townsmen who swallow it

123. WOMAN IN THE FIELD

A slender-waisted damsel
Is weeding in the field
She is amidst other girls
Like a juicy sugarcane

This lotus faced damsel
Will she look at me?
She is a lovely poetic figure
Will she love me?
When can I bathe
In the silken cascade
Of her flowing tresses?

124. சாவாத உழவன்

வெயிலில் உழவன்
 வியர்க்க உழுதிடும்
வயல் அயல் மரத்து
 நிழலும் சுட்டதால்
குளிர்பொருந்து கூடம்
 சென்றுபின், மாலைஅவ்
வயலிடை வந்தேன்!
 உழவன்
உயிரோ டின்னும்
 உழுகின்றானே!

124. IMMORTAL FARMER

Sweating under the scorching sun
The ploughman ploughed the field
Even the shade
Of the tree is hot
So to a cool hall I went
And returned to the field at dusk
The ploughman is alive
And still ploughing!

X. பகுத்தறிவு

125. கடவுள் மறைந்தார்

மனைமக்கள் தூங்கினர் நள்ளிரவில் விடைபெற்று
வழிநடைச் சிரமம்இன்றி
மாபெரிய சிந்தனா லோகத்தை அணுகினேன்.
வந்தார்என் எதிரில் ஒருவர்

எனைஅவரும் நோக்கியே "நான் கடவுள் நான் கடவுள்"
என்று பலமுறை கூறினார்!
"இல்லைஎன் பார்கள்சிலர்; உண்டென்று சிலர்சொல்வர்
எனக்கில்லை கடவுள் கவலை"

எனவுரைத் தேன். அவர், "எழுப்புசுவர் உண்டெனில்
எழுப்பியவன் ஒருவனுண்டே
இவ்வுலகு கண்டுநீ நானும்உண்டென அறிக"
என்றுரைத்தார். அவரை நான்

"கனமான கடவுளே உனைச்செய்த சிற்பிஎவன்?
காட்டுவீர் என்ற வுடனே
கடவுளைக் காண்கிலேன்!

X. RATIONALISM

125. GOD DISAPPEARED

I left home at midnight without strain
While my spouse and kids were fast asleep
Soon I entered the dream world
And suddenly saw someone

Who introduced himself as god
Some believe in god and some don't
As for me, "I don't bother"

"If there is a wall there should be a builder"
Argued the stranger "When you see this world
Understand that there is a creator, that is myself"

"O, the Almighty!
Then who created you?" I asked
Then 'God' disappeared

126. பலிபீடம்

மத - ஓடத்திலேறிய மாந்தரே - பலி
பீடத்திலே சாய்ந்தீரே!

பாடுபட் டீர்கள் பருக்கையில் லாதொரு
பட்டியில் மாடென வாழ்கின்றீர் - மதக்
கேடர்கள் காலினில் வீழ்கின்றீர் - ஒண்ட
வீடுமில் லாமலே தாழ்கின்றீர்!

பாதிக்கு தேபசி என்றுரைத் தால், செய்த
பாபத்தைக் காரணம் காட்டுவார் - மத
வாதத்தை உம்மிடம் நீட்டுவார் - பதில்
ஓதிநின் றால்படை கூட்டுவார்

வாதனை சொல்லி வணங்கிநின் றால்தெய்வ
சோதனை என்றவர் சொல்லுவார் - பணச்
சாதனையால் உம்மை வெல்லுவார் - கெட்ட
போதனையால் தினம் கொல்லுவார்!

பேதிக்கும் நோய்க்கும் பெரும்பசிக் கும், பல
பீதிக்கும் வாய்திறப் பீர்களோ? - இழி
சாதியென்றால் எதிர்ப் பீர்களோ? - செல்வர்
வீதியைத் தான் மதிப்பீர்களோ?

கூடித் தவிக்கும் குழந்தை மனைவியர்
கூழை நினைத்திடும் போதிலே - கோயில்
வேடிக்கையாம் தெரு மீதிலே - செல்வர்
வாடிக்கை ஏற்பீரோ காதிலே?

126. SACRIFICIAL ALTAR

O men! Sailing in the boat of religion
You fell on the sacrificial altar

You toiled hard but without food
And live like cattle in a pound
You prostrate before the wicked
Who do evils in the name of religion
And you sink low without a shelter

If you complain of hunger
They'll call it fruits of past sins
And talk at length to support their stand
If you counter, they'll unite and fight

If you bow and say your sufferings
'Divine trial' they'll say
By power of money, they will triumph
And kill with deceit!

Can you open your mouth
Against cholera, ills, hunger and fear?
Will you protest if you are called a low-born?
Can you even tread the streets of the rich?

O, Men! When your kids
And wives crave for food
There are pompous festivals in the streets
Will you heed the customary words of the rich?

தொட்டிடும் வேலை தொடங்கலு மின்றியே
தொந்தி சுமக்கும்பு ரோகிதர் - இட்ட
சட்டப்படிக்கு நீரோ பதர் - அவர்
அட்டகா சத்தினுக் கேதெதிர்?

மூடத் தனத்தை முடுக்கும் மதத்தைநிர்
மூலப் படுத்தக்கை ஓங்குவீர் - பலி
பீடத்தை விட்டினி நீங்குவீர் - செல்வ
நாடு நமக்கென்று வாங்குவீர்

O, Men! You are mere chaff
Before their laws of pot bellied lazy priests
Who have nothing much to do
What force can resist their atrocities?

Raise your arms to destroy
Religion that favours superstition
And free yourself of the sacrificial altar
And win your prosperous land, O men!

127. எமனை எலி விழுங்கிற்று!

சர்க்கா ருக்குத் தாசன்நான்! ஓர்நாள்
பக்கத் தூரைப் பார்க்க எண்ணி
விடுமுறை கேட்டேன். விடுமுறை இல்லை!
விடுமுறை பலிக்க நோயை வேண்டினேன்
மார்புநோய் வந்து மனதில் நுழைந்தது!
மலர்ந்தஎன் முகத்தினில் வந்தது சுருக்கம்!
குண்டு விழிகள் கொஞ்சம் குழிந்தன.
என்பெண் டாட்டி என்னை அணுகினாள்
எதிரில் பந்து மித்திரர் இருந்தார்
தூயஓர் பெரியார் என்னுடல் தொட்டுக்
காயம் அநித்தியம் என்று கலங்கினார்
எதிரில் நிமிர்ந்தேன்; எமன்!எமன்! எமனுரு!
இரு கோரப்பல்! எரியும் கண்கள்!!
சுவாசமும் கொஞ்சம் சுண்டுவ தறிந்தேன்
சூடு மில்லை உடம்பைத் தொட்டால்!
கடிகா ரத்தின் கருங்கோடு காணேன்
கண்டது பிழையோ?, கருத்தின் பிழையோ?
ஒன்றும் சரியாய்ப் புரிய வில்லை
என்ற முடிவை ஏற்பாடு செய்தேன்!
என்கதி என்ன என்று தங்கை
சொன்னதாய் நினைத்தேன். விழிகள் சுழன்றன!
பேசிட நாக்கைப் பெயர்த்தே னில்லை!
பேச்சடங் கிற்றெனப் பெருந்துயர் கொண்டேன்!

127. RAT SWALLOWED YAMA

I am a government servant praying for leave
I faked chest pain for the sake of leave
Wrinkles flushed in my fair face
My sunken eyes sank further
And my wife came closer
Friends and kin too came
An aged sage consoled me
With disturbed mind
'The body is mortal' I looked up
Yama came in full form
With two deadly teeth
And burning eyes!
My breath abated
And body became chilled!
Couldn't see the clock dial!
Is it an error of my eye or mind
I couldn't understand
Thoughts of my sister flashed in me
My eyes rolled and tongue was tied
I was motionless and grief-stricken

இருப்புத் தூண்போல் எமன்கை இருந்ததே!
எட்டின கைகள் என்னுயிர் பிடிக்க!
உலகிடை எனக்குள் ஒட்டுற வென்பதே
ஒழிந்தது! மனைவி ஓயா தழுதாள்!
எமனார் ஏறும் எருமைக் கடாவும்
என்னை நோக்கி எடுத்தடி வைத்தது
மூக்கிற் சுவாசம் முடியும் தருணம்
நாக்கும் நன்கு நடவாச் சமயம்
சர்க்கார் வைத்தியர் சடுதியில் வந்து
பக்குவஞ் சொல்லிப் பத்துத் தினங்கள்
விடுமுறை எழுதி மேசைமேல் வைத்து
வெளியிற் சென்றார். விஷய முணர்ந்தேன்!
''அண்டையூர் செல்ல அவசியம் மாட்டு
வண்டி கொண்டுவா'' என்றேன்! மனைவி
எமனிழுக் கின்றான் என்றாள். அத்ததி
சுண்டெலி ஒன்று துடுக்காய் அம்மி
யண்டையில் மறைந்ததும் அம்மியை நகர்த்தினேன்!
இங்கு வந்த எமனை அந்த
எலிதான் விழுங்கி யிருக்கும் என்பதை
மனைவிக் குரைத்தேன். வாஸ்தவம் என்றாள்!

Yama's iron fist stretched
To snatch my life
Spouse was weeping non stop
Yama's buffallo charged at me
Nose stopped respiration
Tongue crumbled
Government doctor came at once
Recommending ten-days rest and hastened out!
Soon I turned normal!
"Fetch a bullock cart for a town-trip"
Wife replied: 'Yama is calling you'
Then a little rat ran round
And hid under grinder stone
I moved the grinder stone
And told my wife:
"Rat must have eaten up
Yama who was here just ago"
She acknowledged

128. மதம் எதற்கு?

இராமல் ஒழிக மதப்பேய் என்றார்
இராமலிங்க அடிகள்
வராத தென்ன இம்மதி அவரை
மதிக்கும் அடியார்க்கே?
ஒரேஒரு கடவுள் எவர்க்கும் என்றால்
உலக மதங்கள் ஏனோ?
இரவு பகலாக மதமே பேசுவோன்
அதன்படி நடப்பானோ?
பெரியதோர் அன்பும் வாய்மையும் உடையோர்
பேரின்பம் எய்துதல் திண்ணம்!

129. ஏசுநாதர் ஏன் வரவில்லை?

தலை,காது, மூக்கு, கழுத்து,கை, மார்பு,விரல்
  தாள்என்ற எட்டுறுப்பும்
தங்கநகை, வெள்ளிநகை, ரத்தின மிழைத்தநகை
  தையலர்கள் அணியாமலும்,
விலைகுறையும் ஆடைகள் அணிந்துமே கோயில்வர
  வேண்டுமென் றேபாதிரி
விடுத்தஒரு சேதியால் விஷமென்று கோயிலை
  வெறுத்தார்கள் பெண்கள், புருஷர்!
இலைபோட் டழைத்ததும், நகைபோட்ட பக்தர்கள்
  எல்லாரும் வந்துசேர்ந்தார்
ஏசுநாதர் மட்டும் அங்குவர வில்லையே
  இனிய பாரத தேசமே!

128. WHY RELIGION ?

Saint Ramalingam said
"Let there be no religion"
His ardent disciples
Learnt no lessons from him

If there is only one God
For all human beings
Where is the necessity
For all these religions?

People admire the teachings
Of the noble saints
But do they practise them?
And I am very sure
That nothing matters
Except love and truth

129. WHY JESUS DID NOT COME?

The parish priest proclaimed
Women should not wear gold and silver
They should wear simple dress only
That made men and women
Hate the church like hemlock
Sensing the threat, the priest
Retraced his announcement
Women could wear gold and silver
And see their beauty in the church mirror
All the bejewelled devotees turned up
But, alas Jesus Christ was missing!
Oh! beloved land of Bharat!

130. முன்னேறு

சாதிமத பேதங்கள் மூட வழக்கங்கள்
தாங்கி நடைபெற்றுவரும் சண்டை யுலகிதனை
ஊதையினில் துரும்புபோல் அலக்கழிப்போம்; பின்னர்
ஒழித்திடுவோம்; புதியதோர் உலகம் செய்வோம்!
பேதமிலா அறிவுடைய அவ்வுலகத் திற்குப்
பேசு சுயமரியாதை உலகெனப் பேர்வைப்போம்!
ஈதேகாண்! சமூகமே, யாம்சொன்ன வழியில்
ஏறுநீ! ஏறுநீ! ஏறுநீ! ஏறே!

அண்டுபவர் அண்டாத வகை செய்கின்ற
அநியாயம் செய்வதெது? மதங்கள் அன்றோ?
கொண்டு விட்டோம் பேரறிவு, பெருஞ்செயல்கள்
கொழித்து விட்டோம் என்றிங்கே கூறுவார்கள்!
பண்டொழிந்த புத்தன், ராமாநுஜன்
முகம்மது, கிறிஸ்து-எனும் பலபேர் சொல்லிச்
சண்டையிடும் அறியாமை அறிந்தா ரில்லை!
சமூகமே ஏறுநீ, எம்கொள் கைக்கே!

130. MARCH AHEAD

This world is full of castes, creeds
And blind superstitions
Blow it away like chaff in the storm
And create a new world
And call it the world of self-respect
O Society! "We have laid out the path for you"
But march ahead, ahead, ahead ?

What creates feuds and divides people?
They say "Great wisdom is ours
We are masters of great deeds"
Still, they fight over the names
Of Buddha, Ramanuja, Mohammed and Christ
It is sheer ignorance
Hence, O society!
March towards our goal

XI. பிற கவிதைகள்

131. பாரததேவி வாழ்த்து

பொன்னிறக் கதிர்விளை நன்செயிற் புத்தொளி!
வடிவமர் அன்னாய், நின்னெழில் வாழ்க
கணுவகல் கரும்பின் இனியநற் சாறும்!
கதலியும் செந்நெலும் உடையநீ வாழ்க!
தென்றலின் குளிரும் தேன்சுவைப் பழமும்
நன்றியல் சோலை நலத்தினாய் வாழ்க!
வானுயர் பனிமலை வண்புனற் கங்கையென்
றுலகெலாம் உரைக்கும் பெரும்பகழ் உடையநீ!
முப்பது கோடியர் முனிவராய் வீரராய்ப்
பெற்றிடும் தேவிநீ! தலைநிமிர் குன்றனாய்க்
கடையுகம் முற்றினும் திறல்கொடாக் காளிநீ!
அறமெனும் வயிரக் குலிசத் தோளுடை
அன்னைநீ வாழ்க! அன்னைநீ வாழ்கவே!

XI. OTHER SONGS

131. HAIL MOTHERLAND

You are the glowing fusion of the golden corn
Growing in the fertile field! Hail to your beauty!
Hail to you with plenteous paddy, sweet plantains
And delicious sugarcanes knotted far apart!
Hail to your bounteous groves, honeyed fruits
And the cool Southern Wind!
Your supreme glory the world over
With cool Ganges cascading down
The snow-capped peaks!
You are the renowned Mother !
Of thirty crores of people, wise and valorous
You are eminent hill conquering intense enmity
You are omnipotent goddess kaali,
You are great mother of virtues
Hail to you O Mother! Hail to you!

132. உலகம் உன் உயிர்

ஒவ்வொரு நினைவும் உன்றன்
உலகிற்கே! செயல்ஒவ் வொன்றும்
இவ்வைய ‘நன்மைக் கே’என்
றெண்ணுதல் பெற்றா யாகில்
செவ்வையாம் நினைவுண் டாகும்
செயலெல்லாம், நல்ல வாகும்!
அவ்‘வானின்’ நோக்கம் காண்பாய்!
அதன்பெருஞ் செயலைக் காண்பாய்!
உன்வீட்டைப் போற்று கின்றாய்
ஆயினும் உன்றன் வீட்டின்
பின்வீட்டைக் கெடுக்க எண்ணல்
பேதமை யாகும் அன்றோ?
உன்வீட்டுக் குப்பை தன்னை
அயல்வீட்டில் ஒதுக்க வேண்டா!
பொன்என்றே உன்றன் ஊரைப்
புகழ்வதில் பிழையே இல்லை!
ஆயினும் அயலூர் தன்னை
அழித்திட எண்ண வேண்டாம்
தூயஉன் வாய்க்கால் நீரை!

132. WORLD IS YOUR LIFE

Let your thoughts be global
And every action bring Good to the world
This will make you a man
Of noble thoughts and deeds
Look at the vastness of the sky
How large its purpose!
It's good to cherish your home
But foolish to ruin your neighbours
Would you clean up your own yard
And throw the rubbish
Into your neighbours?
It is not wrong to speak high
Of your own village
But that doesn't mean
You can ruin the neighbouring village
You need't poison your neighbour's stream
To drink the sweet waters of your stream

133. கலை எது?

சேற்றிலே தூரியம் செலுத்தி, அள்ளி
வீட்டுக் குறட்டில் விளையாட் டாகக்
கலைஞனாம் ஒருவன் கடிதொன்று வரைகையில்,
"அடடே, தூய்மை அழிந்ததே" என்றே
எரிச்சலோடே அவனிடம் ஏக, அக்
குறட்டில் "குச்சு நாய் வாலைக் குரங்குபற்றி
இழுப்பதைக் கண்டேன், எழுதியோன் இழிசெயல்
சேறு, தூரியம், சொறிந்த என் எரிச்சல்
இவை அனைத்தும் என் நினைவில் இல்லை
எது எனை இவற்றை மறக்கச் செய்தது?
குரங்கா? நாயா? அல்ல; இவற்றை
ஆக்கிய திறம் அதுவே "கலை!"
பார்க்கும் குரங்கு, நாய் பகர் "கலைப் பொருள்களே"

133. WHAT IS ART?

I saw someone
Dip a brush in slush
And splash it playfully
On the floor of my veranda
Outraged, I rushed out to stop him
But was amazed to see
A drawing on the floor
Of a little dog and a monkey pulling his tail
My anger vanished I forgot the mud the brush
And the impudence of the artist
Trespassing on my veranda
And admired the drawing
I think this is the magic of art
The monkey and the dog
Are works of art

134. வழிநடத்தல்

மரங்கள் அடர்ந்திருக்கும் காடு-கரு
வானில் உயர்ந்த மலைமேடு-தம்மில்
பிரிந்து பிரிந்து செல்லும் வழியாய்-நாம்
பிரியத்துடன் நடப்போம் விரைவாய்!
பெருங்குரலில் பாட்டும்
பேச்சும் விளையாட்டும்-நம்மை
விரைவில் அவ்விடம் கொண்டு கூட்டும்!

இளமை தன்னில் வலிமை சேர்ப்போம்-நாம்
எதிலும் வீரியத்தைக் காப்போம்-நாம்
அளவில் லாதநாள் வாழ-உடல்
அழகும் உறுதியு முண்டாக!

ஆசை கொண்டு நடப்போம்
அச்சமதைத் தொலைப்போம்-நம்
நேசர் பலரும் மனங் களிப்போம்!

134. GUIDANCE

Track of the thickly wooded jungle
Talking, frolicking and singing loudly
Let's walk in friendship along
The mountain peak

Let's gain strength and beauty
And live for endless days
To get firmness and grace

Let's walk eagerly
And get rid of fear
Let all friends enjoy in company!

135. அரசியல் வகைகள்

இரண்டு கறவைகள் உன்னிடம் இருந்தால்
அண்டைவீட் டானுக்கொன் றளித்தல் சோசலிசம்!

கறவைகள் இரண்டில் கடிதொன்றை விற்றுக்
காளை வாங்குவது 'காப்டலிசம்' !

ஆவிரண் டனையும் ஆள்வோர்க்கு விற்றுத்
தேவைக்குப் பால்பெறச் செப்பல் 'கம்யூனிசம்'!

பகரிரு கறவையைப் பறித்தஆள் வோரிடம்
தொகைதந்து பால்பெறச் சொல்வது 'பாசிசம்'!

உரியவன் தன்னை ஒழித்தே அவனின்
கறவை இரண்டையும் கைப்பற்றல் 'நாசிசம்'!

இரண்டு கறவையால் திரண்டபால் அனைத்தையும்
சாக்கடைக் காக்குவது தான் 'நியூடிலிசம்' !
எதனை இவற்றில் ஏற்பாய்?
அதனை உன்நாட்டுக் காக்குக தோழனே!

135. FORMS OF GOVERNMENT

If you have two cows give one to your neighbor
That is Socialism

If you have two cows sell one cow and buy a bull
That is Capitalism

Sell your cows to Govt and procure milk you need
That is Communism

Confiscating your cows and making you pay for milk
That is Fascism

Kill the owner of the cows and seize the cows at once
That is Nazism

Collecting all the milk and pouring it into a ditch
That is New Dealism

Which of these will you choose ?
For your country, O, comrade!

136. எழுந்த ஞாயிறு!

ஒளிப்பொருள் நீ! நீ ஞாலத்
தொருபொருள், வாராய்! நெஞ்சக்
களிப்பினில் கூத்தைச் சேர்க்கும்
கனற்பொரு ளே, ஆழ்நீரில்
வெளிப்பட எழுந்தாய்; ஓகோ
விண்ணெலாம் பொன்னை அள்ளித்
தெளிக்கின்றாய்; கடலிற் பொங்கும்
திரையெலாம் ஒளியாய்ச் செய்தாய்

எழுந்தன உயிரின் கூட்டம்!
இருள் இல்லை அயர்வும் இல்லை!
எழுந்தனை ஒளியே, எங்கும்!
எங்கணும் உணர்ச்சி வெள்ளம்!
பொழிந்தநின் கதிர் ஒவ் வொன்றும்
பொலிந் தேறி, மேற்றி சைமேல்
கொழுந்தோடக் கோடி வண்ணம்
கொழித்தது சுடர்க்கோ மானே!

136. RISING SUN

You are a radiant beauty with uniqueness
Welcome to you, O, the fiery beauty!
That adds to joy of dancing
To the heart's ecstasy
You emerged from the deep
Sprinkling the sky with gold
And lending light to the raging sea waves

The living things on the earth woke up
No darkness here, no fatigue here
Brightness everywhere with flowing ecstasy
O! the lord of light
Your lustrous rays rise up in the glowing sky
Descending across to the west
And branching into fruits of love
Showering a million hues in harmony

137. குறள் படித்தேன்

குறள் படித்தேன், குறள் படித்தேன்
குணமடைந்தேன் நான் - தூய
குருதி கொண்டேன் நான்!
உறுதி கொண்டேன் நான்!

குறள் படித்தேன் குறள் படித்தேன்
குறைக ளைந்தேன் நான் - மனக்
கொழுமை கொண்டேன் நான் - உயிர்ச்
செழுமை பெற்றேன் நான்!

அறம் படித்தேன் பொருள்படித்தேன்
இன்பம் படித்தேன் - அறி
வின்பம் குடித்தேன் - உலகத்
துன்பம் துடைத்தேன்!

திறம் படைத்தேன் உரம் படைத்தேன்
திருக்குற ளாலே - முப்பால்
தருங் குற ளாலே - உலகு
ஒழுங்குற ளாலே!

137. I STUDIED THIRUKKURAL

Thirukkural I studied and I became refreshed
Thirukkural I studied, I got my blood renewed
And I came infused with love

Thirukkural I studied
I became purged of my pains and taints
I gained richness of mind
Fruitfullness and fecundity there ensured too

I studied chapter on virtue
I studied the chapters on wealth and love too
I drank the blissful drink of wisdom

And I came relieved of my worldly cares
Resoluteness and strength I gained
Thro' Thirukkural- the book on art of living

138. அண்ணல் பெயர் வாழ்க!

பிறந்தவர் யாவரும் பெற்றறி யாப்புகழ்
பெற்ற காந்தி அண்ணலைப் பிரிந்தோமே உலகில்
இறந்தார் அண்ணல் எங்கணும் பிறந்தார்
ஈந்துவக் கும்அனைத்தும் உலகுக்கு ஈந்தார்

அறிந்தோர் யாவரும் அறிஞரென் றேத்தினார்,
அருளே உருவென உலகினர் வாழ்த்தினார்!
திறந்தெறிந் தாங்கிலர் படிப்பையும் மாற்றினார்
திருநாட்டுரிமைகண் டனைவரும் போற்றினார்!

தன்னலம் மறைந்திட உழைத்தார்,
மாபெரு நிலைநோக்கி நாட்டினை அழைத்தார்!
உதவா வேற்றுமை அனைத்தையும் பழித்தார்
உலகின் நினைவில்தன் பெயரைவைத் திழைத்தார்!

வாழிய காந்தி அண்ணலின் நினைவே
வாழிய வாழிய அன்னோர் பெயரே!
ஆழிசூழ் உலகில் அவர்கண்ட பாதை
அனைவரும் தொடர்க இன்புற்று வாழ்க!

138. MAHATMA GANDHI

We parted with Gandhi, the noble soul
Who achieved fame unmatched
By any born on the earth
Gone is the supreme soul
Leaving blessings on men around

Those who knew him
Found in him a sage
Grace incarnate was the tribute
The world paid him realising his might
He changed the mindset of the English
All showered praise on him

He strived for religious harmony
Leading the country towards greatness
He reproached all unfruitful discords
Leaving everlasting glory in the world

May the memory of the lofty soul flourish
May his name prosper forever
Let everyone on this sea-girt earth
Follow his path for joy and peace

139. சிறுவனின் கனவுகள்

வண்ணச் சிறகுகள்
வாய்த்த மீன்கொத்தியாய்
விண்ணில் பறந்திடுவேன் நீரில்
வித்தைகள் காட்டுவேன்

எண்ணில் மலர்களின்
இன்ப நிறம் கொண்டு
மண்ணில் மலர்ந்திடுவேன் - மக்கள்
மனத்தில் நிறைந்திடுவேன்.

நன்செயில் புன்செயில்
நானிலம் காத்திடும்
அன்பின் விளைவாகுவேன் - உழைப்
பாளர் துணையாகுவேன்.

தென்புறு ஞாயிற்றின்
தேன் ஒளிக் கதிர்களாய்
என்றும் நான் காய்ந்திடுவேன் - இருள்
இல்லாமல் பாய்ந்திடுவேன்.

பழமைக் கழனியில்
புதுமை விளைந்திடும்
எழுத்தின் மலையருவி - மனம்
இசைக்கும் கலைக்கருவி!

முழுமை வடிவினை
முற்றுகை இட்டிடும்
எழுதும் இலக்கியம் நான் - கால
எதிரொலிக்கு இலக்கணம் நான்!

139. DREAMS OF A YOUNG BOY

I will fly into the sky
I will do things wonderous in water
Like the kingfisher of coloured feathers

The graceful hues of myriad flowers
I will blossom on this earth
And fill the hearts of people
I would be the crop of love

Growing in lands wet and dry
Sustaining this four-fold earth
I will be the companion of toiling masses

I would be the nourishing rays of shining sun
Emitting glow and dispelling darkness

I am the mountain stream
Watering the fields stale and flat
And artful instrument tuned up by the mind

I am the work of art
That knocks at the door of perfection
Marking the echo of time

140. என் நாடு

அன்னை பிறந்த நாடு - எங்கள்
அப்பன் பிறந்த நாடு
முன்னையோர் பல்கோடி - வாழ்ந்த
முத்தமிழ் சேர் தென்னாடு!

சான்றோர்களின் பாடு - தனை
சமைத் துயர்ந்த நாடு
ஆன்றோர்களின் அறிவால் - புகழ்
அணிமிகுந்த திந்நாடு!

முத்துக் கடல்சூழ் நாடு - வாழும்
முச்சங் கப்பொன் ஏடு
எத்தி சையும் மணக்கும் - அறிவு
இசைத்திடும் தேன் கூடு!

அருவி மலைகொள் நாடு - வற்றா
ஆறுகள் பாய் காடு!
கருவிருக்கும் வயல்கள் - விளைவு
கணக்கின்றித் தரும் பீடு!

தொழில் மலிந்த நாடு - உழைப்பு
தோள்களின் மேம் பாடு
விழிப்புணர்வி னோடு - எம்மை
வீர ராக்கும் நாடு!

140. MY MOTHERLAND

This is the land where my mother was born
This is the land where my father was born
This is the country of the three fold Tamil
Where lived my forefathers numbering millions

It is a land of progress
Feeding on the toil of the learned
It is the land of glory and laurels
Earned by the sages of the land

It is a land encircled by pearl rich seas
Wherein lived the works of three Sangams
Spreading fragrance in all directions
It is the beehive of harmonious learning

It is a land of brooks and fields
With abundant perennial rivers
It is a land of stunning eminence
With fertile fields giving copious yields

It's the land with broad pursuits where toil
Adds strength to the shoulders
It's the land which infuses vigour and power

141. பார்! பார்!

பொன்னிளங் காலையில்
பூத்ததச் சுடர்க் கதிர்பார்!
இன் இள வேனிலில்
இன்ப மலர்ச்சியைப் பார்!

மின்னலின் கொத்தாக
முல்லை மலர்ந்தது பார்!
கன்னலின் தோகையாய்க்
களித்தசைந் தாடலைப் பார்!

வண்ணம் மிகுத்தொழில்
வடிக்கும் பறவைகள் பார்!
கண்ணில் கருத்திலே
கற்பனை கூட்டலைப் பார்!

இன்சுவை காய்கனி
எங்கும் செழித்தலைப் பார்!
செந்நெல் அறுவடை
செய்யும் உழவரைப் பார்!

இயற்கைத்தாய் பற்பல
இன்பம் அளித்தலைப் பார்!
முயற்சி இன்றேல் வாழ்வு
முழுமை பெறாததைப் பார்!

141. LOOK AT THEM

Look at the tender rays of the glittering sun
That marks the early morn's golden hue
Look at the joyous bloom around
That marks the lovely pre-summer days

Look at the bunches of lily
That have blossomed like lightning
Look at them waving about in rapture
Like the feathers of the sparrow

Look at the birds of beauty
That mark the harmony of many a hue
See how they go on adding feast
To the eyes and the mind

Look at the delicious fruits ripe and unripe
That have grown luxuriant all around
Look at the peasants at work
Harvesting the paddy bearing yellow-hued rice

Look at the joy of diverse kinds
That mother nature bestows on us
See that effortless toil
Making life unwholesome

142. திருடாதே

குருடன் இடத்திலும் திருடாதே ஒன்று!
கொல்லுமே உன்னை உன் நெஞ்சே நின்று!

திருடன் ஒருதரம் தப்பிவிட்டாலும்
திருடித் திருடித் திருடி மேன்மேலும்
பெரிய திருடனாய்ப்பல ஆண்டின் காலம்
பெறுவான் தண்டனை! சிரிக்குமே ஞாலம்!

பசித்த போதிலும் பொறுப்பது பாங்கு!
பருக்கை ஒன்றைத் திருடலும் தீங்கு!
பிசைந்த கூழுக்கும் பிறர் உப்பு வேண்டாம்
பிழைசெய்யும் நண்பைனையும் விட்டு நீங்கு!

நீபடி! நீ உழை! நீ பிழை நன்றாய்!
நீ பிறர்க்குதவி செய் நற்குணக் குன்றாய்!
நீ படி செந்தமிழ் நூலெலாம் ஒன்றாய்!
நீ தமிழ்க்குள்ள பகை எல்லாம் வென்றாய்!

142. STEAL NOT

Steal not even from the blind
Else, your conscience will prick

A thief may escape once
He may grow into a bigger one
Stealing again and again
And end up in punishment for long years
The world will laugh at his face

To suffer the pangs of hunger is right
To steal even a morsel of food is wrong
Go not for others' salt even for gruel
Leave even a friend who goes wrong

Study, labour and prosper
As a mountain of virtue benefitting all
Study the works of the ancient Tamils
And you will conquer all your foes

143. பத்திரிகை

காரிருள் அகத்தில் நல்ல
கதிரொளி நீதான்! இந்தப்
பாரிடைத் துயில்வோர் கண்ணிற்
பாய்ந்திடும் எழுச்சி நீதான்!
ஊரினை நாட்ட இந்த
உலகினை ஒன்று சேர்க்கப்
பேரறி வாளர் நெஞ்சிற்
பிறந்த பத்திரிகைப் பெண்ணே!

அறிஞர்தம் இதய ஓடை
ஆழநீர் தன்னை மொண்டு
செறிதரும் மக்கள் எண்ணம்
செழித்திட ஊற்றி ஊற்றிக்
குறுகிய செயல்கள் தீர்த்துக்
குவலயம் ஓங்கச் செய்வாய்!
நறுமண இதழ்ப் பெண்ணேஉன்
நலம்காணார் ஞாலம் காணார்.

கடும்புதர் விலக்கிச் சென்று
களாப்பழம் சேர்ப்பார் போலே
நெடும்புவி மக்கட் கான
நினைப்பினிற் சென்று நெஞ்சிற்
படும்பல நுணுக்கம் சேர்ப்பார்
படித்தவர். அவற்றையெல்லாம்
"கொடும்" என அள்ளி உன்தாள்
கொண்டார்க்குக் கொண்டு போவாய்!

143. NEWSPAPER

O! the woman called the newspaper
You are the lustrous sun ray
Into the minds of darkness
You are the light of awakening
In the vision of those in deep slumber
You are the offspring of the erudite minds
Born to see our nation prosper
Born to see the unity of the world

Drawing the water from the stream
Of the profound scholarly minds
Watering the thoughts of men on and on
For the fulness of mind to accomplish
And ending acts of meanness and evil
Take this globe to lofty heights
O! newspaper, the fragrant woman
Men won't gain without you

The learned read the minds of men
Far and near and fathom their
Thoughts subtle and deep
Like those gather jackfruit
Clearing the wild bushes around
The thoughts thus collected
Are carried to the readers

144. புத்தக சாலை

தனித்தமைந்த வீட்டிற் புத்தகமும் நானும்
சையோகம் புரிந்ததொரு வேளைதன்னில்
இனித்தபுவி இயற்கையெழில் எல்லாம் கண்டேன்
இசைகேட்டேன்! மணம்மோந்தேன்! சுவைகள் உண்டேன்!
மனித்தரிலே மிக்குயர்ந்த கவிஞர் நெஞ்சின்
மகாசோதியிற் கலந்த தெனது நெஞ்சும்!
சனித்ததங்கே புத்துணர்வு! புத்தகங்கள்
தருமுதவி பெரிது! மிகப்பெரிது கண்டீர்!

144. LIBRARY

The book and I were in communion
In a solitary house
When this sweet earth's grace
Was revealed to my sight in full
The melodies, fragrance and feast
All I enjoyed avidly
The great communion my heart had
With the supreme poets of the world
Who stood head and shoulders above all
A new consciousness was born
Great are the benefits the books extend
They are surpassingly great

145. துணைவர் இலக்கணம்

மாலை ஏழு மணிக்கு வெள்ளையன்
வேலை யாக வெளியிற் சென்றவன்
மிதிபறக்க மிதி வண்டி பறக்க
அதிவி ரைவாய் வீட்டை அடைந்து
கிள்ளையே கிள்ளையே கேள்செய்தி என்று
துள்ளிய வண்ணம் சொல்ல லானான்
அழகரும் அம்மையும் மூன்று மக்களும்
காற்றுக் குக்கடற் கரையில் இருந்தனர்
ஏழரை மணிக்கெலாம் இங்கு வருவார்
எட்டு மணிக்கெல்லாம் புகைவண்டி ஏறி
ஊருக்குப் போவதாய் உரைத்தனர் அவர்கள்
இங்குண வுண்பதாய் ஏற்றுக் கொண்டனர்
எங்கே எழுந்திரு! சரியாய் இடையில்
அரைமணி தானுண்டு - அதற்குள் சமையல்
முடிய வேண்டும் இந்தா மூன்றுகுடம்
தண்ணீர், குண்டான், தட்டு முட்டுகள்
என்றே எதிரில் வைத்தான்! கிள்ளை
சின்னபடி ஒன்றரை கழுவிச் சேர்த்தே
வெள்ளையன் மூட்டிய அடுப்பின் மேல்உள
பானையில் இட்டு, வற்றல் தனையும்
எண்ணெயும் புளியும் உப்பும் இட்டு
மிளகாய்த் தூள்மேல் வெள்ளையன் ஓட்டிய
குழவி குருகுரு வென்றது!

145. TRAITS OF A WIFE

Away from home on work
He rushed back at 7pm
Riding the cycle amidst flying dust
And told his wife in high spirits
O dear, lend your ears!
I saw my friend, his wife and children
On the beach enjoying the breeze
They will be here for dinner at half past seven
We will take the train for home at 8, they said
Rise up! it's just half an hour in between
The dinner must be ready quickly
Here are the things ready at hand
Saying this, he brought three pots of water
She was preparing the food
Seasoning with dry chilli and oil
Tamarind and salt.
And he was preparing
Chilli powder in the grinder

146. நல்ல மாமி

மகனுக்கு வாய்த்த மணியே, மயிலே
ஆகமொத்த அன்பின் அமுது மருமகளே
உன்அத்தான் உன்னை விரும்பத்தான் பூணத்தான்
வேண்டுமெனில்
வீட்டிற்றான் மெல்லிநீ மாமனைத்தான் மாமியைத்தான்
கேட்டுத்தான் செய்வதென எண்ணாதே, கிட்டத்தான்
பெட்டியுண்டு நீதிறந்து பெண்ணே எடுத்துக்கொள்
அட்டியுண்டோ? இல்லை அனைத்து உனதுடைமை
நீயும்என் மைந்தனும் நெஞ்சால் உயிரால்ஒன்
றாயினீர் ஆதலால் அன்னோன் விருப்பம்
உனக்குத் தெரியும் உடனே முடிப்பாய்
எனக்கிட்ட வேலையை நான் இன்பமெனச் செய்திடுவேன்
வானூர்தி ஓட்டுவதோ? வாட்போர் பயிலுவதோ?
ஊனூர் உழைப்போ, அரசின் அலுவலோ,
வாணிகமோ, நல்ல மருத்துவமோ, ஓவியமோ
மாணவர்க்குக் கண்ணளிக்கும் மாண்பு வினையோ
வேண்டுமெனில் வீட்டுச் சமையலுக்கு நானுள்ளேன்
ஈண்டுச் சமையல் இலக்கியம்உண் டாக்க
விரும்புவை யாயின் அது செய்க; வெல்லக்
கரும்பே உன் அத்தானிடத்தில் கடுகளவு
தீய நடத்தை தெரிந்தால் திருந்தச் செய்
தூயவள் நீ நானுனக்குச் சொல்லல் மிகையாம்
எனக்குமுன் மாமனுக்கும் என்ன இனி வேண்டும்?
உனக்குமுன் அத்தான் தனக்கும் உளகாதல்
ஆர்ப்பதும் இன்பத்தில் ஈடுவதும் பாடுவதும்
பார்ப்பதெம் வாழ்வின் பயன்!

146. A GOOD MOTHER-IN-LAW

O, gem of my son!
A peacock, my lovely daughter-in-law!
Kindness embodied! deck yourself everyday
With ornaments and fine clothes
To the delight of your dear husband
O, my pretty daughter-in-law
Act without waiting for anybody
There is a chest accessible to you
Open it and take things you need
No impediments at all for you
Things one and all are yours by right
You and my son are one by heart and soul
His wishes you know, realise them swift
Works I will do with pleasure
Cooking up at home I will take care of
Deeds creative you may do outside
Be it flying an aircraft or practice of sword fight
Service around, service for the state or trading
As a doctor or a painter or a teacher
O, my sweetie! if you notice in your man
Any bad trait, see him freed of that evil
O, my spotless daughter-in-law!
My words may sound redundant rather
What more do we need except
To see the love ripe between
You and your husband?
To see you singing and dancing in joy
Is our life's goal and fulfilment

147. மகா கவி

பாரதியார் உலககவி! அகத்தில் அன்பும்
பரந்துயர்ந்த அறிவினிலே ஒளியும் வாய்ந்தோர்!
ஓரூருக் கொருநாட்டுக் குரிய தான
ஒட்டைச்சாண் நினைப்புடையர் அல்லர் மற்றும்
வீரர்அவர்! மக்களிலே மேல்கீழ் என்று
விள்ளுவதைக் கிள்ளிவிட வேண்டும் என்பார்!
சீருயர்ந்த கவிஞரிடம் எதிர்பார்க் கின்ற
செம்மைநலம் எல்லாமும் அவர்பாற் கண்டோம்!

அகத்திலுறும் எண்ணங்கள், உலகின் இன்னல்
அறுப்பவைகள்; புதியவைகள்; அவற்றை யெல்லாம்
திகழ்பார்க்குப் பாரதியார் எடுத்துச் சொல்வார்
தெளிவாக, அழகாக, உண்மையாக!
முகத்தினிலே களையிழந்த மக்கள் தம்மை
முனை முகத்தும் சலியாத வீரராகப்
புகுத்துமொழிப் பேச்செல்லாம் பொன்னி யாற்றுப்
புனல்போலத் தொடர்வதுண்டாம் அன்னார் பாட்டில்

பழையநடை, பழங்கவிதை, பழந் தமிழ்நூல்,
பார்த்தெழுதிப் பாரதியார் உயர்ந்தா ரில்லை;
பொழிந்திடுசெவ் வியஉள்ளம் கவிதை யுள்ளம்
பூண்டிருந்த பாரதியா ராலே இந்நாள்
அழுந்தியிருந் திட்டதமிழ் எழுந்த தென்றே
ஆணையிட்டுச் சொல்லிடுவோம் அன்னை மீதில்
அழகொளிசேர் பாரதியார் கவிதை தன்னை
அறிந்திலதே புவிஎன்றால் புவிமேற் குற்றம்!

147. POET SUPREME

Bharathiyar is a renowned world poet
And light of genius with love at heart
He is a universal poet
Not confining to one town or one country
He was the one undaunted too
He fought against division
Of men into the high and the low

We saw in him traits of excellence
He was poet supreme with
Thoughts intuited and intrinsic
As panacea for the ills on earth

His thoughts were new and untrodden
Revealing this to world in
A language graceful and lucid
The songs of this poet mark
The words inspiring and invigorating
That would turn men calm and composed
Making them undaunted to the forefront

148. ஆட வந்தாள் அவள்

ஆடற் கலைக்கழகு தேடப் பிறந்தவள்
ஆடாத பொற்பாவை ஆடவந்தாள்
என்னோ டாட வந்தாள்!
மகிழ்ந்தாட வந்தாள்!
வாடாத தாமரைக்கை வானில் ஒளி தெறிக்க
மங்காத செங்காந்தள் விரல்கள் பொருள் குறிக்க

ஓடுபிளந்தசெம் மாதுளைபோல் உதட்டில்
உள்ளம் விளைந்தநகை மின்னவும்கா
தோரத்து வண்டுவிழி ஓடை மலர்முகத்தில்
ஓடிஎன் உள்ளங் கவர்ந்து தின்னவும்
காடு சிலிர்க்கும்படி மேலாடு முன்தானை
காற் றோடு காற்றாகப் பின்னவும்
காதற் கரும்பொன்று காலிற் சிலம்பணிந்து
கடிதில் இடைதுவள ஆடியதோ என்னவோ?

148. SHE CAME TO DANCE

She was born to add grace to the art of dancing
Even the motionless portrait came to dance
She came to dance with me with joy
The unfading lotus and the red flower
Were gleaming in the sky
She was born to dance with grace

Her lips were like red pomegranate
Gleaming with smile
Her beetle like eyes were like flowers
In the flowing stream
Holding my heart in thrall
The moving ends of her saree
Were waving above in the wind in oneness
As if giving joy to the woods
There came my sugarcane
Wearing anklets to dance as if
The waist was dropping fast
The golden image like girl came to dance

149. எறும்பின் தவம்

தரையிற் கிடந்த தங்கத் துகள்கள்
வரிசை மாறாது நடந்தன. அவற்றை
இரைக்குச் செல்லும் எறும்புகள் என்றனர்

அரிய போர்வீரர் அணிநடைப் பயில
ஓராண்டு செல்லும் ஊசிமுனை எறும்புக்கு
ஈராண் டாயினும் வேண்டுமே என்றேன்
வரிசை, ஒழுங்கும், மாறு படாமை
எறும்புகட் கெல்லாம் இயல்பில் அமைந்தவை!
மனிதன் ஒழுக்கநூல் ஆர்ந்தான் ஆயினும்
இனி அவன் திருந்துதல் எந்நாள் அறிகிலேம்
என்றனர்! இதனைக் கேட்டஎன் உதட்டு
மன்றில் சிரிப்பு வந்து குதித்தது

எறும்புகள் நடந்துகொண் டிருந்தன; வழியைச்
சிறுகல் தடுத்தது; ஏறி இறங்கி
எறும்புகள் நடந்துகொண் டிருந்தன; பெட்டி
குறுக்கில் கிடந்தது சுற்றிக் கொண்டு
போகும் மனிதரின் மனநிலை பெறாமல்
வழிகோ ணாமல், வரிகோணாமல்
பெட்டிமேல் ஏறிப் பின்புறம் இறங்கி
எறும்புகள் நடந்து கொண் டிருந்தன; சுவரொன்று
நடுவில் நின்றது; நடுங்க வில்லை
மலைக்க வில்லை, வலிகுன்ற வில்லை
நடையின் விரைவு தடைபடவில்லை
எறும்புகள் நடந்து கொண் டிருந்தன! அரிசிநொய்க்
குவியலை அடைந்தன. ஒவ்வொன்று தூக்கித்
தாவ முடித்தன தம்புற்று மீண்டே
மருந்தில்லாத நோய் சோம்பலது!
அருந்தவம் ஊக்கம்! அன்பு மக்களே!

149. PENANCE OF AN ANT

The golden dust on the ground
Moved on in order in a row
They call them ants in search of food

I said:
A year it needs for soldiers competent
To come accomplished in battle array
And the ants, the eye of the needle size
Need at least two years to learn this order

And they replied:
Discipline is ingrained in their nature
Uncertain are men coming reformed
Well versed though in works of ethics

Hearing this my lips wore a swift smile
The ants moved on
A small stone blocked their movement
Still they continued their march up the stone
There was a box across
Human mentality was to take a path circuitous
But ants climbed up and down the box
And continued the journey in a row intact

There was a wall across
They were not baffled or weakened
Unaffected too was their pace of march
Moving on steady and firm on their path
Reaching their grits of rice heaped
And their effort came fruitful

Each returning to ant hill with a piece of rice
Laziness is an ailment incurable
Perseverance is a penance rigorous

150. வியர்வைக் கடல்

கிழக்கு வெளுக்குமுன் வெளியிற் கிளம்பினேன்
ஒளிசெயும் மணியிருள், குளிர்ச்சி, நிசப்தம்
இவற்றிடை என்னுளம் துள்ளும் மான்குட்டி!
உற்சாகம் எனைத் தூக்கி ஓடினது!

குன்றம் இருக்கும். அக்குன்றத் தின்பால்
குளமும், அழகிய குளிர்பூஞ் சோலையும்
அழகு செய்யும்! அவ்விடத் தில்தான்
என்றன் சொந்த நன்செய் உள்ளது

கடல்மிசை உதித்த பரிதியின் நெடுங்கதிர்
வானெலாம் பாய்ந்தது! பறந்தது வல்லிருள்!
புவியின் சித்திரம் ஒளியிற் பொலிந்தது
இயற்கை தந்த எழிலிடை நடந்தேன்

வளம்பெற நிறைந்த இளம்பயிர்ப் பசுமை
மரகதம் குவிந்த வண்ணம் ஆயிற்று
மரகதக் குவியல்மேல் வாய்ந்த பனித்துளி
காணக்கண் கூசும் வயிரக் களஞ்சியம்!
பரந்தஎன் வயலைப் பார்த்துக்கொண் டிருந்தேன்
மகிழ்ச்சி தவிர மற்றொன்று காணேன்!

150. THE SEA OF SWEAT

I set out before it dawned
My heart leaped in joy like the little deer
In the thick of the lovely morning, coolness
I walked in transports of joy and zest.

A hill there was and a tank nearby
A lovely cool flower-grove around
A scene of beauty and grace it truly looked
Wherein was located my wet land

Rose the sun over the ocean
Whose rays interminable stretched out
And the intense darkness vanished in haste
Earth's beauty shining in this effulgent light
And I walked on in beauty nature endowed

The greenness teeming, fertile and tender
Looked like emerald piled up conically
The dew drops on this emerald pile
Looked indeed like the storehouse
Of glittering diamonds
A gaze extended at my fields vast
Gave me nothing but ecstasy

Author's Creations

1. Who will Bell the Cat ? (Tamil and English)
2. Community School Relations
3. Learning Goals
4. Towards Prosperity
5. English Readers for Standards VI & VII
6. Supplementary Readers for Standards VI & VII
7. Changing Faces of School Inspection (Tamil & English)
8. Manora
9. Quality in Educational Administration
10. HRD in Educational Administration
11. Pearls of Wisdom - Thirukkural
12. Glory of Thirukkural (Tamil & English)
13. Thiruvalluvar and Buddha
14. Thiruvalluvar and Shakespeare
15. Green Thoughts
16. Honey Dews
17. Enrich Your Life
18. Joy of Learning
19. Life Lessons from Mahathma
20. Bosses: The Good, the Bad and the Ugly
21. Better English
22. Blossoms in English
23. Food for Thought
24. Elemental Warriors
25. The Yellow Line
26. Tic-Toc-Tic
27. Better Tomorrow
28. Success Mantra in Bhagavad Gita
29. Success Mantra in Bhagavad Gita (Mandarin)
30. Oriental Wisdom

31. Glorious India
32. A Brave New World : Bharathidasan Songs
33. Tamil Nadu in the Forefront
34. Eternal Lamp
35. Educational Research
36. Passport for Success
37. Confusables
38. Higher Education for a Better Tomorrow
39. Universel Wisdom in Thirukkural
40. Getting to know a Stranger
41. Vanakkam
42. I Sing the Glory of this Land: Translated Verses of Bharathiyar
43. A Better New World
44. Music in Literature
45. Musical Geniuses
46. Health And Beauty
47. The Gateway to Success
48. Perspectives on Education
49. Golden Bytes
50. Corporate Wisdom in Thirukural
51. Life Lessons from Mahatma
52. Changing Faces of School Inspection

ஆசிரியரின் தமிழ் படைப்புகள்

1. குறளின் பெருமை
2. திருக்குறளில் நல்லாட்சி
3. குறள் முத்துக்கள்
4. திருக்குறளும் நீதி இலக்கியமும்
5. திருவள்ளுவர் போற்றும் பெண்மை
6. தமிழின் பெருமை
7. மகாத்மாவின் தலைமைப் பண்புகள்

8. கல்வி மேலாண்மையில் மனிதவள மேம்பாடு
9. கற்பித்தல் இலக்குகள்
10. கல்விப் பூங்காவில் சிந்தனைப் பூக்கள்
11. பள்ளி ஆய்வில் புதிய சிந்தனைகள்
12. உழைப்பும் உயர்வும்
13. எண்ணம் போல் வாழ்வு
14. வெற்றி உறுதி
15. வாழ்ந்து காட்டுவோம்
16. சிறிய தூண்டில் பெரிய மீன்
17. இன்ப வாழ்வு
18. பசுமைச் சிந்தனைகள்
19. தேர்வில் அதிக மதிப்பெண்கள் பெறுவது எப்படி?
20. மனோரா
21. தமிழகச் சுற்றுலா
22. வளம் தரும் தமிழ்நாட்டுத் திருத்தலங்கள்
23. முள்ளும் மலரும்
24. குரு சிஷ்யன்
25. வெற்றி சிந்தனைகள்
26. வசந்த காலம்
27. பொன்னியின் செல்வன்
28. இன்ப வாழ்வு
29. வாங்க வெற்றியடையலாம்
30. மனிதநேயம் நட்பு - துணிவு
31. புரட்சித் துறவி இராமானுஜர்
32. குறள் முத்துக்கள்
33. கிருபானந்தவாரியார் எழுதிய வெற்றி மந்திரங்கள்
34. மகாத்மாவின் தலைமைப் பண்புகள்
35. திருக்குறள் இனிய உரை

★★★

3. LET US MAKE A NEW WORLD

Come, let us make a new world
And fight with the warring world

Come, let us spread socialism
In all directions and protect
As our dear most life

Come, let us drench our hearts
In the river of pure love
And change our selfish attitude

Come, let us burn out fatigue
In the flame of enthusiasm
And yell at men claiming 'this is mine'

If denied of our rights to fruits of toil
Let us go without food
Let us share with all, if granted

5. மானிட சக்தி

மானிடத் தன்மையைக் கொண்டு — பலர்
வையத்தை ஆள்வது நாம்கண்ட துண்டு!
மானிடத் தன்மையை நம்பி — அதன்
வன்மையி னால்புவி வாழ்வுகொள் தம்பி!
"மானிடம்" என்றொரு வாளும் — அதை
வசத்தில் அடைந்திட்ட உன்திருத் தோளும்
வானும் வசப்பட வைக்கும் — இதில்
வைத்திடும் நம்பிக்கை, வாழ்வைப் பெருக்கும்!

மானிடன் வாழ்ந்த வரைக்கும் — இந்த
வையத்திலே அவன் செய்த வரைக்கும்
மானிடத் தன்மைக்கு வேறாய் — ஒரு
வல்லமை கேட்டிருந்தால் அதைக் கூறாய்!
மானிடம் என்பது புல்லோ? — அன்றி
மக்கட் கடங்காத் திடவந்த சொல்லோ?
கானிடை வாழ்ந்ததும் உண்டு — பின்பு
காட்டை வசப்படச் செய்ததும் அதுதான்!

மானிடம் போற்ற மறுக்கும் — ஒரு
மானிடன் தன்னைத்தன் உயிரும் வெறுக்கும்
மானிடம் என்பது குன்று — தனில்
வாய்ந்த சமத்துவ உச்சியில் நின்று
மானிடருக் கினி தாக — இங்கு
வாய்த்த பகுத்தறி வாமகிழ் வாலே
வானிலை எங்கணும் நீபார் — வாழ்வின்
வல்லமை மானிடத் தன்மையென் றோது!

5. HUMAN POWER

O, Brothers
We have seen many benevolent rulers
Wield the sword with human kindness
Even heaven will be in your reach
Root your faith in human power
And achieve fertile growth
Is this life just a blade of grass
Or dead wood?

Is there a greater force than humankind?
Men lived in forests as primitives
Taming the roaring seas
His own soul will dislike him
That fails to glorify
The virtue of mankind
Humanity is a majestic hill
Strengthen human power
From peak of equality

His own soul will dislike him
That fails to glorify
The virtue of human kind.
Humanity is a majestic hill
View, earth and heaven
With rational eyes
In all directions
Strengthen power of mankind
From peak of equality